AF898395

TRƯỜNG PETRUS KÝ TRONG TÂM TƯỞNG

LÂM VĨNH-THẾ

Trường Petrus Ký Trong Tâm Tưởng

Nhớ về Trường Xưa, Thầy Cô và Bạn Học

NHÂN ẢNH
2021

TRƯỜNG PETRUS KÝ TRONG TÂM TƯỞNG
Nhớ về Trường Xưa, Thầy Cô và Bạn Học
Lâm Vĩnh-Thế

Dàn trang: **Nguyễn Thành**
Bìa: **Uyên Nguyên Trần Triết**
Nhân Ảnh Xuất Bản **2021**
ISBN: 9781989993712
Copyright © 2021 by Lam Vinh-The

Mục Lục

GIỚI THIỆU TÁC GIẢ

Lâm Vĩnh-Thế, M.L.S.
Librarian Emeritus
Đại Học Saskatchewan, CANADA
Điện thư: Hoaivietnhan1981@gmail.com

Tác giả Lâm Vĩnh-Thế theo học suốt 7 năm của bậc Trung học tại ngôi trường trung học lớn nhứt và danh tiếng nhứt của Miền Nam: Trường Trung Học Petrus Trương Vĩnh Ký tại Sài Gòn. Mùa Hè 1960, sau khi đậu Tú Tài II, ông đã dự thi và đậu kỳ thi tuyển vào Năm Thứ Nhứt, Ban Sử Địa của Trường Đại Học Sư Phạm Sài Gòn. Tốt nghiệp năm 1963, tác giả Lâm Vĩnh-Thế đã dạy trung học trong nhiều năm trước khi nhận được học bổng đi du học tại Hoa Kỳ về Thư Viện Học vào tháng 8-1971. Năm 1973, sau khi tốt nghiệp bằng Cao Học Thư Viện Học (M.L.S. = Master of Library Science) tại Đại Học Syracuse, ông về nước và phục vụ trong ngành thư viện của Việt Nam Cộng Hòa. Đầu năm 1974, ông ứng cử và đắc cử chức vụ Chủ Tịch, Ban Chấp Hành Hội Thư Viện Việt Nam, nhiệm kỳ 1974. Cũng trong năm này, ông được cử nhiệm làm Trưởng Ban, Ban Thư Viện Học, Phân Khoa Văn Học và Khoa Học Nhân Văn, thuộc Viện Đại Học Vạn Hạnh. Với tư cách Chủ Tịch Hội Thư Viện Việt Nam, ông đã được các hội đoàn văn hóa tư bầu vào Hội Đồng Văn Hóa Giáo Dục vào ngày 16-6-1974. Tháng 9-1981, cùng với gia đình, ông rời Việt Nam đi định cư tại Canada. Từ năm 1982 cho đến năm 1997, ông phục vụ tại các thư viện và trung tâm thông tin của các chính phủ liên bang và tỉnh bang của Canada. Tháng 9-1997, ông về làm việc cho Đại Học Saskatchewan, với chức vụ Trưởng Ban Biên Mục (1997-2000; Head, Cataloging Department) và sau đó là Trưởng Khối Dịch Vụ Kỹ Thuật (2001-2003; Head, Technical Services Division). Ông đã có nhiều công trình nghiên cứu về thư viện học đăng trong các tạp chí chuyên môn tại Bắc Mỹ và Úc Châu. Ông nghỉ hưu từ tháng 7-2006 và được Đại Học Saskatchewan ban cho danh hiệu Librarian Emeritus.

Bên cạnh các hoạt động trong ngành thư viện học, tác giả Lâm Vĩnh-Thế còn thực hiện nhiều công trình nghiên cứu sử về Việt Nam Cộng Hòa và Chiến Tranh Việt Nam, đặc biệt chú trọng vào giai đoạn đầy xáo trộn của những năm 1963-1967 đã đưa đến việc Hoa Kỳ quyết định tham chiến vào năm 1965. Những nghiên cứu đó đã được đúc kết trong tác phẩm của ông mang tựa đề là ***Việt Nam Cộng Hòa, 1963-1967: Những Năm Xáo Trộn***, do nhà Hoài Việt xuất bản năm 2010, tại Hamilton, Ontario, Canada. Ấn bản tiếng Anh, xuất bản lần thứ nhì, với nhiều sửa chữa và cập nhật, đã được nhà Routledge (Anh Quốc) xuất bản vào cuối năm 2020 với tựa đề ***The History of South Vietnam: the Quest for Legitimacy and Stability, 1963-1967.***

Ông là dịch giả của quyển ***The Price of Freedom: Exodus and Diaspora of Vietnamese People***, nguyên tác Việt ngữ *Giá Tự Do* của tác giả Lâm Vĩnh Bình, ấn bản lần thứ nhì, do Người Việt Books xuất bản năm 2017 tại Hoa Kỳ. Ông cũng là dịch giả và soạn giả của quyển ***Vietnam, Territoriality, and the South China Sea: Paracel and Spratly Islands***, do nhà Routledge xuất bản năm 2019, nguyên tác Việt ngữ *Những bằng chứng về chủ quyền của Việt Nam đối với hai quần đảo Hoàng Sa Trường Sa* của tác giả Hãn Nguyên Nguyễn Nhã, do nhà Xuất Bản Giáo Dục xuất bản tại Việt Nam vào năm 2014.

Tác phẩm mới nhứt của tác giả Lâm Vĩnh-Thế là cuốn ***Tròn Nhiệm Vụ: Hồi Ký của một Quản Thủ Thư Viện Canada Gốc Việt*** do Nhà Xuất Bản Nhân Ảnh ấn hành năm 2021.

Một số bài viết chọn lọc đã được đăng trong Trang Web cá nhân của tác giả, Tuyển Tập Vĩnh Nhơn Lâm Vĩnh Thế, tại địa chỉ Internet sau đây: ***https://tuyen-tap-vinh-nhon-lam-vinh-the.blogspot.com/2016/06/trang-chu.html***

LỜI CẢM TẠ

Tập sách nhỏ này được thực hiện như một lời cám ơn chân thành mà tác giả trân trọng và trìu mến gửi đến tất cả quý Thầy Cô mà tác giả đã có may mắn lớn được theo học trong suốt thời gian 7 năm của bậc trung học tại Trường Trung Học Petrus Trương Vĩnh Ký. Tác giả cũng tri tạ tình cảm thân thương, chân thành và chung thủy của tất cả các đồng môn trong suốt hơn 60 năm qua trong bối cảnh đau thương của đất nước và dân tộc.

Tập sách nhỏ này đã được hình thành và đến tay bạn đọc nhờ rất nhiều công sức của các Anh Chị sau đây:

- Anh Lê Hân trong các công tác tổng quát về in ấn và xuất bản
- Anh Phạm Phú Minh, đọc bản thảo và viết Lời Tựa
- Chị Phạm Thị Lệ-Hương, xét duyệt hình thức bản thảo
- Anh Nguyễn Thành trong việc dàn trang
- Anh Uyên Nguyên Trần Triết trong việc thiết kế bìa sách

Tác giả xin hết sức cám ơn tất cả Các Anh Chị.

LỜI TỰA

Một người khi đã bước vào tuổi già thì thường có khuynh hướng nhớ lại những năm tháng đã qua trong đời mình. Vậy thời gian nào trong đời mà hầu hết mọi người đều thấy là đáng yêu nhất, thú vị nhất? Theo tôi, do chiêm nghiệm nơi chính mình cũng như qua trao đổi với bạn bè, thì câu trả lời là: thời học trung học là "vui" nhất. Thử ngẫm lại mà xem: thời mẫu giáo thì còn nhỏ quá, vả lại thời của chúng tôi (những người ở thời điểm này, 2021, vừa bước qua ngưỡng cửa của tuổi Tám Mươi) thì hầu như chưa có trường mẫu giáo. Những năm học tiểu học thì tâm hồn còn non nớt quá, đi học nhưng còn dựa nhiều vào gia đình, chỉ đón nhận sự dạy dỗ một cách thụ động. Sau đó, chính những năm học trung học mới có thể nói là những năm tươi đẹp nhất trong đời một người. Vừa bước vào tuổi thiếu niên với tâm hồn và thể chất bắt đầu một giai đoạn mới, được tiếp xúc với một trình độ giáo dục cao hơn hẳn so với tiểu học, người học sinh bắt đầu thấy đầy hăm hở trước một cửa ngõ đầy quyến rũ vừa mở ra trước mặt mình. Bước đường bảy năm trung học là giai đoạn trung chuyển để một đứa trẻ con trở thành người lớn, từ 12, 13 dần dần đi đến tuổi mười chín đôi mươi. Còn thời sau trung học, dù còn đi học ở Đại học hay ra đời làm việc, thì mọi việc đã khác rồi, màu xanh lung linh của thời niên thiếu đã phai lạt, đã bay đi.

Tác giả Lâm Vĩnh-Thế viết một quyển hồi ký đúng về thời kỳ vừa nói: từ lúc thi đậu vào lớp Đệ Thất trường Trung học Petrus Trương Vĩnh Ký năm 1953 cho đến lúc đậu Tú Tài 2, rời trường. Hãy chứng kiến cảnh này:

"Về đến nhà, tôi chạy một cái ào từ cửa vào buồng trong, vừa chạy vừa la: "Má ơi! Con đậu rồi! Con đậu vô Petrus

Ký rồi." Mẹ tôi đang nằm trên võng, vừa thấy tôi, và nghe tôi la như vậy, liền ngồi bật dậy, và hỏi lớn tiếng: "Thiệt hông con?" Tôi chưa kịp trả lời, thì đã nghe tiếng Anh Tư tôi từ đàng sau lưng trả lời thế tôi: "Thiệt đó Má, thằng Út nó đậu vô Petrus Ký rồi đó Má." Mẹ tôi ôm tôi vào lòng, hôn lên đầu tôi, vừa hôn vừa nói: "Con giỏi lắm. Má mừng lắm. Thiệt cám ơn Trời Phật." Buông tôi ra, Mẹ tôi đứng lên, bới lại đầu tóc, rồi dẫn tôi ra buồng trước, thắp nhang và cùng với tôi lạy bàn thờ Phật và bàn thờ Ba tôi".

Cánh cửa vào trường Petrus Ký đã mở ra cho một cậu bé 12 tuổi, vào mùa hè năm 1953 như thế. Bắt đầu mùa khai giảng niên khóa 1953-54 cậu bé ấy đã thành học sinh trường Petrus Ký, một mơ ước của có lẽ của hàng ngàn cậu bé khác của thành phố Sài Gòn rộng lớn, nhưng cuối cùng chỉ có 550 cậu được toại nguyện.

Chương Một của cuốn sách dành để mô tả ngôi trường.

"Cảm tưởng đầu tiên của tôi đối với ngôi trường là "Trường Petrus Ký lớn quá." Mà nó lớn thật, thưa các bạn. Không những lớn mà còn bề thế nữa. Đối với một cậu bé 12 tuổi như tôi, xuất thân từ một ngôi trường tiểu học nhỏ bé của khu Đa Kao, Trường Petrus Ký là cả một thế giới mới lạ, có quá nhiều điều cho tôi khám phá."

Có thể nói, nếu mang những ngôi trường được xây dựng sau khi nước ta giành được độc lập từ tay người Pháp mà so sánh, thì không có trường nào đạt được một trình độ uy nghiêm, to lớn và tiện nghi cho việc giáo dục như Lycée Petrus Trương Vĩnh Ký được người Pháp tạo dựng nên trong nửa trước của thế kỷ 20. Chỉ cơ sở vật chất của trường Petrus Ký đã là một đề tài hào hứng, từ khu vực nhà để xe đạp cho học sinh đến các hành lang rộng lớn trang nghiêm, khu văn phòng, phòng giáo sư cho đến các dãy lớp học đều được mô tả một cách thán phục và đầy hãnh diện.

Có trường nào được như trường Petrus Ký:

- Về môn học Hội Họa:

"Khi đến giờ môn Hội Họa (chỉ có trong chương trình các lớp Đệ Nhứt Cấp mà thôi), chúng tôi đến học tại phòng vẽ; đây là một phòng rất rộng, không có các bàn học như các lớp học thường, mà trang bị toàn giá vẽ. Các giá vẽ này được đặt chung quanh phòng thành một vòng tròn, ở giữa có một bục gỗ cao. Học sinh đứng sau các giá vẽ, nhìn vào bục gỗ cao ở giữa, trên đó có để một vật để cho học sinh vẽ, có khi là một ấm trà, có khi là một nải chuối, hay một trái xoài, v.v."

- Về môn học Âm Nhạc:

"Các giờ học môn Âm Nhạc (chỉ học ở Lớp Đệ Tứ) thì học tại phòng nhạc, phòng này vẫn trang bị bàn ghế như lớp học thường nhưng có thêm một đàn dương cầm. Tôi còn nhớ Giáo sư môn Âm nhạc này là Thầy Marcel (người Pháp lai), có tật ở chân, và có cặp mắt có thần mà bọn tôi sợ nhứt là khi Thầy cho làm bài tập gọi là "dictée musicale." Thầy ngồi vào dương cầm và đờn một đoạn nhạc, và bọn tôi phải ghi ra giấy cho đúng các nốt nhạc đó."

- Về môn học Lý Hóa, Thư viện, phòng Y tế

"Các giờ môn Lý Hóa thì học tại các phòng thí nghiệm. Các phòng này được xây cất theo lối đại giảng đường (amphithéâtre), với bàn học đặt trên những bệ xi măng xây theo lối nấc thang, phía trước thấp, phía sau cao lên dần dần. Ngoài ra còn có Thư Viện nơi học sinh chúng tôi đến mượn sách giáo khoa cho các môn học vào mỗi đầu năm học. Và sau cùng là Bệnh Xá nơi bọn tôi đến chích ngừa mỗi năm, hoặc đến xin thuốc uống khi bị cảm ho hoặc được xức thuốc đỏ mỗi khi bị thương tích".

Phần chính của cuốn Hồi ký này là nói về sự học hành, đã được mô tả lại một cách tỉ mỉ: các niên học kể từ lớp Đệ Thất cho đến lớp Đệ Nhất, mỗi lớp được những giáo sư nào dạy môn gì và bạn học gồm những ai. Phần mô tả có tính cách tài liệu rất chu đáo, có thể coi là một phần lịch sử biên niên của trường Petrus Ký. Điểm đáng phục nhất là trí nhớ của tác giả về các vị thầy đã dạy mình từ lớp Đệ Thất cho đến lớp Đệ Nhất. Từ lớp Đệ Thất, tác giả đã liệt kê tất cả giáo sư, mô tả hình dáng, cá tính, cách dạy dỗ, những kỷ niệm đáng ghi nhớ và đôi khi cả cuộc đời riêng của họ nữa. Rồi từ căn bản đó, mỗi năm lên một lớp tác giả đều "cập nhật" các giáo sư mới, và tiếp tục làm bản tường trình tương tự, cho đến năm cuối. Tôi cho đây là một công trình rất đáng kể của một cựu học sinh đối với ngôi trường thân yêu cũ của mình. Thầy giáo, chính là linh hồn của lớp học về môn mình dạy, là tác nhân vô cùng quan trọng đối với việc mở mang trí tuệ và nhân cách của đám học trò còn nhỏ tuổi của mình. Tác giả Lâm Vĩnh-Thế đã viết những trang hồi ức tỉ mỉ về mỗi vị thầy, thoạt trông chỉ là những kỷ niệm thiếu thời, nhưng trong thực chất mang một ý nghĩa rất quan trọng. Thứ nhất nó cho thấy tác giả là người hiếu học, luôn luôn kính trọng người làm công việc trao truyền kiến thức cho mình. Thứ hai là tình cảm học trò đối với thầy của tác giả rất sâu đậm, nhất là vào lúc đã lớn tuổi, nhìn lại quá khứ học hành với biết bao là thương mến. Và cuối cùng, những dòng hồi ký về các thầy dạy mình này sẽ đóng góp vào lịch sử của trường Petrus Ký rất nhiều, nhất là phần chân dung các giáo sư, đã được người học trò thực hiện theo lối văn chương ký họa vô cùng linh động.

Sau khi Giáo sư Bùi Trọng Chương qua đời tại Mỹ vào năm 2013, tác giả Lâm Vĩnh-Thế đã cùng một người bạn lập một "Quỹ Học Bổng Thầy Bùi Trọng Chương" để giúp phương tiện học hành cho các học sinh giỏi nhà nghèo của trường Lê Hồng Phong, là hậu thân của trường Petrus Ký cũ. Đó là một hành động rất có ý nghĩa để lớp trẻ đang theo học trường Lê Hồng Phong bây giờ biết về gốc gác và tinh thần của những cựu học sinh của ngôi trường này ngày xưa, dù bây giờ trường đã mang tên khác.

Đối với tôi, là một cựu học sinh Petrus Ký cùng một thời với tác giả, tuy khác ban nhưng cũng đã được làm học trò của một số các vị giáo sư này, thì phải công nhận rằng các nhận xét, mô tả hình dáng, tính tình, cách dạy học của họ, đã được tác giả Lâm Vĩnh-Thế ghi lại rất tinh tế và chính xác. Điều đó cho thấy không những tác giả có trí nhớ rất tốt lại được học liên tục suốt bảy năm tại trường này, mà còn có văn tài nữa, mới tạo nên những bức chân dung vừa thể chất lẫn tinh thần của từng vị giáo sư một cách sống động, đến nỗi hơn 60 năm sau, một người học trò cũ của quý vị là tôi, khi đọc đã thấy như đang đối diện với các vị thầy cũ của mình.

Những thế hệ đã theo học Lycée Trương Vĩnh Ký lớp trước, từ thập niên 1930 của thế kỷ hai mươi như Lưu Hữu Phước, Trần Văn Khê, Nguyễn Hữu Ngư (Nguyễn Ngu Í), v.v…, trong các bài viết của họ đôi khi có nhắc đến trường xưa, nhưng không mấy khi đề cập đến các giáo sư đã dạy dỗ họ. Có thể thời đó hàng ngũ giáo chức Petrus Ký hầu hết là người Pháp (từ "mẫu quốc" sang) nên khó có tình cảm thầy trò sâu đậm hơn là thời gian sau này khi nhà trường đã vào tay chính quyền Việt Nam với chương trình học đã được Việt Nam hóa.

Một tập thể nhân viên quan trọng của trường Petrus Ký cũng được tác giả nhắc đến, đó là các giám thị.

> ***"Đối với bọn học sinh mới bọn tôi còn một chuyện lạ nữa, đó là sự hiện diện của các thầy giám thị. Ở trường tiểu học chỉ có các thầy cô giáo, các nhân viên thơ ký và lao công mà thôi, làm gì có giám thị. Nhưng ở Trường Petrus Ký thì khác, lúc nào và ở đâu cũng thấy các thầy giám thị. Xếp hàng vào lớp cũng mấy thầy, ra chơi trong hành lang, lại cũng mấy thầy, lên văn phòng xin giấy tờ cũng mấy thầy. Có thể nói, ngoài các giờ học ở trong lớp với các giáo sư, các sinh hoạt của học sinh chúng tôi hoàn toàn do các thầy giám thị kiểm soát".***

Có thể nói hiếm trường nào của miền Nam trước 1975 mà có một lực lượng giám thị đông đảo như ở Petrus Ký. Họ kèm sát, và theo dõi đến từng cá nhân học sinh. Có thể nói họ là một "lực lượng đặc biệt" trợ giúp cho việc học hành có nề nếp và thêm vào đó, nhằm theo dõi mọi hành vi của học sinh nữa. Hiện tượng này có thể rơi rớt lại từ thời Pháp thuộc có mục đích kiểm soát các tổ chức yêu nước chống Pháp len lỏi vào ngôi trường này. Nhưng mọi việc rồi cũng dần dần dễ chịu theo thời gian:

> ***"Dĩ nhiên là bọn tôi sợ các thầy giám thị quá chừng, nhưng qua một thời gian, một mối liên hệ tình cảm thân thương tự nhiên nẩy nở giữa anh em học sinh chúng tôi với các vị ấy, có thể nói còn thân tình hơn với các giáo sư nữa."***

Tác giả đã mô tả quang cảnh trường lớp quy mô đồ sộ của kiến trúc nhà trường, đã mô tả một cách sinh động các lớp học với từng giáo sư, đã đề cập đến đội ngũ đông đảo hùng hậu của các giám thị v.v… nhưng thiếu vắng các sinh hoạt của học sinh trong trường. Qua hồi ký này, trường là để học, với trường ốc tiện nghi, giáo sư giỏi, kỷ luật chặt chẽ v.v… nhưng quên mất phần sinh hoạt của chính tập thể của mình, là học sinh. Nhất là quãng đời đó chính là thời gian năng động nhất của tuổi thiếu niên, quãng đời đúng nhất cho câu tục ngữ "nhất quỷ nhì ma, thứ ba học trò"! Tại ngôi trường đó từ lứa tuổi 12, 13 cho đến tuổi hai mươi, bảy năm hoa mộng năng động nhất của đời người, chúng ta không thấy một nét gì của sự nghịch ngợm, những trò đùa vui, nhất là trong những giờ ra chơi… là những cái thường được ghi nhớ trong ký ức chúng ta một cách dai dẳng nhất. Lý do đơn giản: trường Petrus Ký là ngôi trường không có chỗ cho những "giờ ra chơi" đúng nghĩa. Sân trước và sân giữa trường khá rộng, nhưng học sinh không được phép bước vào. Cái hành lang rộng rãi nối khu văn phòng và phòng giáo sư gọi là "hành lang danh dự," không phải là nơi để chơi đùa. Cho nên thời gian độ mươi lăm phút nghỉ giữa các giờ học, học sinh chỉ ra khỏi lớp và đứng quanh quẩn trên hành lang trước cửa lớp mình để… trò chuyện, không có chỗ để làm một vận động nào cho cơ thể. Từ đó có thể hiểu được trong suốt cuốn hồi ký kể chuyện đi học bảy năm tại Petrus Ký này, ta không thấy tác giả nhắc đến một chút sinh hoạt nào trong nhà trường ngoài việc học. Hình ảnh "Đùa vui khắp sân trường tóc vương màu nắng" trong bài hát Đời Học Sinh của Phan Huỳnh Điểu không có ở đây. Học sinh Petrus Ký lúc nào cũng rất nghiêm chỉnh, nề nếp. Nghĩa là rất "kỷ luật".

Chúng ta có thể ngạc nhiên một trường lớn như thế lại không có môn thể dục, hoặc ít nhất có không gian để trẻ em có chỗ chạy nhảy trong những giờ ra chơi. Petrus Ký có đội banh của trường, tuyển chọn những học sinh thích và có năng khiếu môn này, rồi có huấn luyện viên tập tành cho họ với mục đích dự các giải bóng liên trường. Nhưng thể dục cho tất cả học sinh thì không có. Các sinh hoạt khác như ban văn nghệ tập các màn ca hát cho buổi trình diễn vào dịp sắp nghỉ Tết, ban báo chí để làm báo Xuân v.v… có thể vẫn có nhưng được giao riêng cho một bộ phận nào đó thực hiện, không thành một phong trào chung cho học sinh cả trường. Trường lớn, nhiều cấp lớp, học sinh quá đông thì kể ra cũng khó mà "động viên" toàn thể học sinh vào những sinh hoạt cá biệt như vậy.

Có lẽ để bù vào chỗ thiếu thốn đó mà tác giả và một số bạn thân, gồm chín người, thỉnh thoảng tổ chức những chuyến du ngoạn vào các ngày nghỉ. Trước hết là một chuyến từ Sài gòn đi Vũng Tàu bằng đường sông. Giao thông trên quãng đường thú vị này đã không thực hiện được trong những năm chiến tranh, đến sau 1954 khi chính quyền bình định xong Bình Xuyên thì mới được tổ chức lại, và các chàng trai Petrus Ký đã rủ nhau đi ngay để được thưởng thức cảnh sông nước rất đẹp của một miền Nam thanh bình. Và các chuyến cả bọn thuê ghe đi trên các sông lạch miền Phú Lâm để hái trái bần, rồi bơi lội, rồi bày thức ăn trên một bãi cát để ăn trưa…, đây đúng là những chuyến picnic đầy say mê mà những người trẻ tuổi tự nghĩ ra và thực hiện, có vẻ để bù đắp cho sự thiếu thốn về nhiều loại sinh hoạt cần thiết cho tuổi trẻ mà nhà trường đã không đem lại trong những năm phát triển quan trọng nhất của đời họ.

Về một quãng đời đi học xa xôi như thế dĩ nhiên ai cũng hồi tưởng với đầy tình cảm và nỗi xúc động. Cuốn Hồi ký này là một khối ký ức linh động và đầy đủ về sự kiện, nhân vật, và các sinh hoạt của những ngày đi học thuở nhỏ tại một ngôi trường lớn, được bổ túc với nhiều hình ảnh của một thời khá xa mà tác giả đã lưu giữ được rất đầy đủ. Đặc biệt nhất là tình cảm đối với một số giáo sư của trường, dù sau khi đã tốt nghiệp bậc đại học, đã ra đời làm việc, tác giả và một số bạn cũ vẫn thăm hỏi, chăm nom các vị thầy cũ mà họ liên lạc được. Đó là nét sống rất đẹp.

Và trong cuốn hồi ký này, ngoài phần ký ức và tưởng nhớ của riêng tác giả về thầy xưa bạn cũ, còn là một số nét liên quan đến lịch sử của ngôi trường trong những năm ông theo học. Những trang sách này do đó sẽ đóng góp tích cực một số tài liệu sống động vào quyển lịch sử rất dày của trường Trung học Petrus Trương Vĩnh Ký, dù quyển lịch sử ấy có được ai viết ra hay không.

California, 22 tháng 01, 2021
Phạm Phú Minh, Chủ bút ***Diễn đàn Thế Kỷ***

Đôi dòng tâm sự

Gần như tất cả mọi người, lúc còn nhỏ, đều đã từng được đi học, được thầy cô dạy dỗ, có bạn bè cùng học tập, vui chơi. Khi cuộc đời đã vào tuổi xế bóng, ai cũng vậy, không thể tránh được, ít nhiều đều phải đau buồn chứng kiến cảnh thầy cô, bè bạn, lần lượt vĩnh viễn ra đi. Nói chung, tuổi già lại còn thêm khuynh hướng nhìn về quá khứ, nhớ chuyện xưa, sống lại với kỷ niệm thời niên thiếu. Nói riêng, đối với thế hệ của tôi, quá khứ lại càng đậm nét hơn vì hoàn cảnh phải sống xa quê hương. Nỗi nhớ về quê nhà, về trường xưa, về thầy cô, về bạn học, càng tha thiết hơn. Những gì bạn đọc thấy trong cuốn sách nhỏ này là những gì, ở cái tuổi ***"bát tuần"*** này, tôi còn nhớ được về ngôi trường, về các Thầy Cô và về những người bạn học thân thương đó.

Một buổi sáng trong mùa Hè năm 1953, tôi được Anh Tư tôi chở trên chiếc xe đạp của ảnh từ đường Faucault (bây giờ là đường Nguyễn Phi Khanh), khu Đakao vào tuốt trong đường Nancy (sau 1954, đổi tên thành đường Cộng Hòa, bây giờ là đường Nguyễn Văn Cừ), gần tới Chợ Lớn, tận cổng của Trường Petrus Ký để xem kết quả kỳ thi tuyển vào lớp đệ thất năm đó. Tôi mừng quá khi đọc thấy rõ ràng tên tôi trong bảng danh sách trúng tuyển niêm yết. Về đến nhà, tôi chạy một cái ào từ cửa vào buồng trong, vừa chạy vừa la: ***"Má ơi! Con đậu rồi! Con đậu vô Petrus Ký rồi."*** Mẹ tôi đang nằm trên võng, vừa thấy tôi, và nghe tôi la như vậy, liền ngồi bật dậy, và hỏi lớn tiếng: ***"Thiệt hông con?"*** Tôi chưa kịp trả lời, thì đã nghe tiếng Anh Tư tôi từ đàng sau lưng trả lời thế tôi: ***"Thiệt đó Má, thằng Út nó đậu vô Petrus Ký rồi đó Má."*** Mẹ tôi ôm tôi vào lòng, hôn lên đầu tôi, vừa hôn vừa nói: ***"Con giỏi lắm. Má mừng lắm. Thiệt cám***

ơn Trời Phật." Buông tôi ra, Mẹ tôi đứng lên, bới lại đầu tóc, rồi dẫn tôi ra buồng trước, thắp nhang và cùng với tôi lạy bàn thờ Phật và bàn thờ Ba tôi. Ngày hôm sau, Mẹ tôi thưởng cho tôi một chiếc xe đạp, giống như cái xe đạp của Anh Tư tôi, cũng mua từ cái tiệm bán xe đạp trên đường Boulevard de la Somme (sau 1954, đổi tên là Đại lộ Hàm Nghi, bây giờ vẫn còn mang tên Hàm Nghi) ở Chợ Cũ, chỉ khác màu thôi, xe tôi màu tím lợt, còn xe Anh Tư tôi thì màu xanh lá cây.

Mùa Hè năm 1960, kỳ thi Tú Tài II đã xong, và tôi nghĩ là tôi sẽ rớt vì đã không làm được bài toán hóa học của môn thi Lý Hóa. Tôi bỏ không lo ôn bài để chuẩn bị thi vấn đáp, mà chỉ đi chơi lung tung. Một hôm tôi vẫn còn nhớ là một ngày Thứ Sáu trong tuần, đâu cũng gần 12 giờ trưa, tôi đang từ nhà một thằng bạn ở đường Nguyễn Trãi, đạp xe về nhà ăn cơm. Lúc đi ngang qua trước cổng Trường Petrus Ký, thì gặp Thầy Nguyễn Huy Hùng, Giáo sư môn Vạn Vật lớp Đệ Nhứt của tôi, vừa trong Trường dẫn xe đạp đi ra. Nhìn thấy tôi, Thầy vừa ngoắc tay, vừa kêu tên tôi: ***"Thế ơi, qua đây Thầy nói chuyện này."*** Tôi vội đạp xe qua cổng Trường. Vừa ngừng xe lại, chào Thầy xong thì Thầy Hùng nói ngay, vừa đủ cho tôi nghe: ***"Em đậu rồi đó, về nhà lo học oral đi."*** (Oral = tiếng Pháp, nói tắt cho cụm từ "Examen oral" = kỳ thi vấn đáp; đối lại với cụm từ "Examen écrit" = kỳ thi viết). Tôi mừng quá, cám ơn Thầy Hùng, và đạp xe về nhà ngay. Và, một lần nữa, giống như hồi năm 1953, dựng xe đạp vô vách nhà xong là tôi lại chạy một cái ào vô buồng trong, và cũng vừa chạy vừa la: ***"Má ơi! Con đậu rồi, con đậu rồi."*** Lần này thì Mẹ tôi không có thưởng cái gì cả. Phải đợi đến gần 3 tháng sau, khi tôi đậu kỳ thi tuyển vào năm thứ nhứt của Trường Đại Học Sư Phạm Sài Gòn, Ban Sử Địa, thì Mẹ tôi mới thưởng cho tôi một chiếc Mobylette. Cuối tuần đó tôi không đi chơi đâu nữa hết mà dành trọn thời gian để lo ôn bài chuẩn bị cho kỳ thi vấn đáp vào sáng Thứ Hai (hay Thứ Ba gì đó) của tuần sau. Chính trong cái cuối tuần này thì gia đình tôi được tin Bà Ngoại tôi mất trên Thủ Đức, thọ 90 tuổi. Gần như suốt thời gian này tôi chỉ gặp Mẹ tôi có một lần khi Mẹ trở về Sài Gòn để mua cái hòm mới cho Bà Ngoại tại tiệm hòm Tôbia ở đường Hai Bà Trưng (cái hòm cũ Bà Ngoại đã mua từ lúc mừng lễ ***"lục tuần"*** sau đó gởi trong Chùa Huê Nghiêm không còn dùng được nữa) vì Mẹ tôi phải dành tất cả thì giờ để lo tang lễ cho Bà Ngoại. Đầu tuần sau, lúc đám tang Bà Ngoại tôi cũng không có dự vì phải đi thi vấn đáp Tú Tài II tại Trường Petrus Ký. Mãi đến ba ngày sau, tôi mới được theo Mẹ tôi về Thủ Đức để dự lễ mở cửa mả cho Bà Ngoại.

Thời gian giữa hai mùa Hè năm 1953 và năm 1960 đó, tức là thời gian 7 năm tôi theo học tại Trường Trung Học Petrus Trương Vĩnh Ký, tôi đã nhận ra, từ lâu và càng ngày càng thêm rõ hơn, là thời gian sung sướng nhứt, với nhiều kỷ niệm đẹp nhứt, và đã tạo cơ hội cho tôi gặp được những người bạn thân thương nhứt, chân tình nhứt và chung thủy nhứt trong cuộc đời của tôi. Tôi cũng vô cùng biết ơn nhận ra đó cũng là thời gian tôi được Trường Petrus Ký và các Thầy Cô của tôi uốn nắn, rèn luyện và trao truyền cho tôi thật nhiều vốn liếng giúp tôi vượt qua được những khó khăn trong cuộc sống và đạt được nhiều kết quả tốt trong công việc làm khi còn ở trong nước cũng như khi phải chịu cảnh sống ly hương.

Các bài viết trong cuốn sách nhỏ này, đã được viết ra tại nhiều thời điểm khác nhau, chắc chắn không tránh được những sai sót. Người viết sẽ rất vui nếu bạn đọc, đặc biệt là các đồng môn Petrus Ký, tìm thấy ở đây một vài kỷ niệm, hình ảnh, khuôn mặt thân thương của quý Thầy Cô và bạn bè đã cùng chia sẻ những năm tháng vui buồn tại ngôi Trường thân yêu này. Được như vậy thì tôi đã rất mãn nguyện rồi.

Chương Một

Nhớ Về Trường Petrus Ký
Những Năm Đầu Của Thập Niên 1950

Người xưa đã từng nói: ***"Thời gian qua nhanh như bóng câu qua cửa sổ."*** Bây giờ tôi mới thấy câu nói đó là rất đúng. Thấm thoát mà đã gần bảy mươi năm trôi qua kể từ ngày tôi trúng tuyển kỳ thi vào lớp Đệ Thất của Trường Trung học Petrus Ký vào năm 1953 và hơn sáu mươi năm sau khi tôi rời Trường vào năm 1960 để tiếp tục học lên ở bậc đại học. Thời gian bảy năm theo học tại ngôi trường thân yêu đó đã để lại trong tâm hồn tôi những kỷ niệm sâu đậm mà suốt cuộc đời này tôi sẽ khó có thể quên được. Từ lâu tôi đã muốn ghi lại những gì còn nhớ được về ngôi trường, về những kỷ niệm với các thầy cô, với bạn bè nhưng cứ lần lữa mãi vì rất nhiều lý do, chủ quan cũng có mà khách quan cũng có. Trước năm 1975, bạn bè gặp nhau tương đối dễ dàng, những lúc như vậy mặc sức mà nhắc chuyện trường xưa, thầy cô, bạn cũ, đâu thấy cần phải ghi lại trên giấy làm gì. Sau năm 1975, lúc còn ở trong nước, bạn bè lưu lạc, một số đã di tản, một số thì đi tù cải tạo, cuộc sống thì đủ thứ khó khăn, thử hỏi còn lòng dạ nào mà ngồi ghi lại những kỷ niệm về những ngày xưa thân ái đó. Sau khi ra khỏi nước, trong một thời gian khá dài, chuyện cơm áo cho bản thân và gia đình trong một môi trường mới với nhiều thử thách, kỷ niệm xưa lại bị nhận chìm vào tiềm thức. Bây giờ, sau khi đã nghỉ hưu, đã bước vào tuổi "bát tuần" này, nếu không ghi lại thì còn đợi đến bao giờ nữa. Nghĩ như vậy, tôi cố gắng đưa tâm tư trở về khung thời gian cũ, tìm lại những khuôn mặt thân thương của thầy cô và bạn bè ngày xưa trong những kỷ niệm vui buồn dưới mái trường thân yêu. Xin mời các bạn cùng tôi làm một chuyến ***"du hành xuyên thời gian"*** để trở về những năm đầu của thập niên 50 của thế kỷ trước.

Vào năm 1953, Trường Trung học Petrus Trương Vĩnh Ký là ngôi trường trung học công lập duy nhứt của Sài Gòn dành cho nam sinh, dạy về văn hóa của chương trình Trung học Việt Nam (Trường Cao Thắng cũng là trường trung học công lập nhưng dạy về kỹ thuật). Trong ngôn ngữ hàng ngày của người dân Sài Gòn thì đó vẫn là ***Lycée Petrus Ký*** (với 3 chữ viết tắt là L.P.K.), và học sinh chúng tôi vẫn tự gọi mình là ***"dân Petrus Ký,"*** tôi chưa từng nghe ai tự gọi mình là "*dân Trương Vĩnh Ký*" cả. Và, dĩ nhiên, không cần nói ra, chúng tôi rất tự hào mình là ***"dân Petrus Ký".***

Cảm tưởng đầu tiên của tôi đối với ngôi truờng là ***"Trường Petrus Ký lớn quá."*** Mà nó lớn thật, thưa các bạn. Không những lớn mà còn bề thế nữa. Đối với một cậu bé 12 tuổi như tôi, xuất thân từ một ngôi trường tiểu học nhỏ bé của khu Đa Kao, Trường Petrus Ký là cả một thế giới mới lạ, có quá nhiều điều cho tôi khám phá.

Khám phá đầu tiên về ngôi trường quá lớn này là cái khu vực để xe đạp cho học sinh. Đây quả thật là một chuyện quá lạ lùng đối với tôi. Xin mở một dấu ngoặc nhỏ ở đây để nói vài lời về cái xe đạp đầu tiên trong đời của tôi. Năm đó, sau khi tôi thi đậu vào Trường Petrus Ký, mặc dù chỉ là hạng 356 trên 550 học sinh trúng tuyển, nghĩa là rất ***"thường thường bực trung"*** thôi,

Mẹ tôi rất mừng và thưởng cho tôi một chiếc xe đạp nhập cảng từ Pháp, hiệu Saint-Etienne, mua tại một tiệm bán xe đạp lớn ở đường Boulevard de la Somme dưới Chợ Cũ--về sau, trong thời Cộng Hòa, đường này được đổi tên lại là Đại Lộ Hàm Nghi. Đó là tài sản lớn đầu tiên trong đời tôi mà tôi đã o bế, lau chùi rất cẩn thận mỗi ngày, nhưng, nói thật tình, hình như chỉ được đâu khoảng năm, sáu tháng đầu tiên gì đó mà thôi. Xin phép được đóng dấu ngoặc lại ở đây. Ngày đầu tiên nhập học, tôi được Anh Tư tôi hướng dẫn trước nên biết mà sắp hàng bên cổng dành cho học sinh đi học bằng xe đạp. (Xin phép được nói thêm một chút về người anh thân thương này, năm ấy, Anh Tư tôi, anh Lâm Vĩnh Tế, lên Deuxième Année, chương trình Pháp, cũng của Trường Petrus Ký; về sau, khi đã vào đại học, Anh Tư tôi được học bổng Colombo đi du học tại Canada vào năm 1960, và năm 1967 Anh đậu bằng Tiến sĩ về Hóa Lý - Ph.D. in Physical Chemistry - tại Đại Học Montréal). Đến giờ mở cổng, một số vị Giám Thị đứng rải rác để trông coi việc học sinh xuống xe và dẫn xe đạp vào. Từ cổng vào là một con đường trải đá ong cán nhỏ, dài khoảng 60, 70 mét, hai bên lề có trồng cách khoảng nhiều cây rất cao, hình như là cây sao hay cây dầu gì đó, tôi không còn nhớ rõ. Sau khi vào cổng độ 15, 20 mét, thì bên phía tay trái hiện ra khu nhà để xe đạp cho học sinh. Đây là một khu vực khá rộng, bề ngang độ 50 mét, bề sâu vô độ 40 mét, trên đó có cất các dãy nhà nhỏ không có vách, nền tráng xi măng, cột gỗ sơn mầu đỏ sậm, trên có lợp mái tôn; mỗi nhà có chiều dài độ 8 mét, chiều ngang độ 4 mét, bên trong có hai hàng giá để dựng xe đạp. Giữa các dãy nhà đều có lối đi rộng rãi có trải đá ong. Có các thầy giám thị hiện diện để chỉ cho các học sinh mới biết phải dựng xe trong dãy nhà nào. Tôi tin rằng về sau khi Sài Gòn đã có thêm nhiều trường trung học mới dành cho nam sinh như Chu Văn An, Võ Trường Toản, Nguyễn Trãi, Hồ Ngọc Cẩn, không có một trường nào có một khu vực để xe đạp cho học sinh bề thế, có quy củ và đẹp như vậy.

Khu vực để xe đạp cho học sinh (hình chụp thời gian sau thập niên 1960)

Nếu đứng từ đường Nancy, ngay trước cổng chánh nhìn vào, đầu tiên ta thấy ngay cổng chánh bằng gạch rất đồ sộ, với 2 cột cao độ 4 mét trên có 2 câu chữ Hán, mà chắc chắn *"dân Petrus Ký"* ai cũng còn nhớ: ***"Khổng Mạnh Cương Thường Tu Khắc Cốt, Tây Âu Khoa Học Yếu Minh Tâm."*** Phía trên gần tới đầu hai cột có tấm biển nối liền hai cột với tên trường đắp nổi lên: **"Trường Trung Học Petrus Ký."**

Cổng Trường Petrus Ký

Qua khỏi cổng là một sân đất có trải đá xanh cán nhỏ, chiều sâu vô độ hơn 10 mét. Ở hai góc sân là hai cây phượng vĩ rất lớn, vào mùa Hè (cũng là mùa thi) sẽ trổ bông đỏ rực rỡ. Qua hết sân này lại có một cổng nữa dẫn lên hành lang chánh của trường. Cổng này rất đặc biệt, được làm theo kiểu cổng của Văn Miếu: hai bên là hai cột cao, phía trên có một vòm cong, trên vòm này có khắc chữ LYCÉE Petrus Trương Vĩnh Ký, trên nữa là mái gạch đỏ, trên mái này lại chồng thêm một phần kiến trúc nữa giống như bên dưới nhưng nhỏ hơn và thấp hơn, điều khác biệt là ở ngay giữa phần kiến trúc bên trên này là một nguyệt môn tròn, đường kính khoảng 1 mét.

Cổng Trường Petrus Ký theo kiểu Văn Miếu

Bước lên tam cấp tại cổng này là ta bước vào ngay chính giữa của một hành lang dài và rộng, lót gạch bông, luôn luôn được lau chùi bóng loáng, gọi là Hành Lang Danh Dự, nối liền khu vực văn phòng làm việc của nhân viên bên tay phải và phòng họp của giáo sư bên tay trái.

Hành Lang Danh Dự

Học sinh, trừ một vài trường hợp đặc biệt, thí dụ, được gọi lên văn phòng trong giờ học chẳng hạn, không bao giờ được sử dụng hành lang này. Vượt ngang hành lang này, bước xuống tam cấp đối diện với cổng, ta sẽ nhìn thấy toàn cảnh của sân trường. Ngay trước mặt là Sân Danh Dự của Trường. Sân này tương đối vuông vức, mỗi cạnh dài độ 40 mét, có hai lối đi chánh cắt thẳng góc nhau ngay giữa sân, chia thành 4 sân cỏ nhỏ, ngay chính giữa sân là khu tượng đài kỷ niệm Nhà Bác học Petrus Trương Vĩnh Ký. Học sinh chúng tôi chỉ được phép xuống sân này một năm hai lần: bãi trường Tết và trước khi nghỉ Hè, để chụp hình kỷ niệm ở trước bức tượng Petrus Ký. Hai bên là hai dãy nhà hai tầng dùng làm lớp học, và đằng cuối sân là một dãy nhà chắn ngang, đó chính là khu vực các phòng thí nghiệm.

Hình Lớp Đệ Nhị A (niên khóa 1958-59) chụp lúc bãi trường Tết tại Tượng Đài Kỷ Niệm Petrus Ký với các Thầy Trương Văn Cao, Trần Văn Binh, Đinh Xuân Thọ và Bùi Trọng Chương

Ngoài cái chuyện kích thước to lớn của ngôi trường, học sinh mới chúng tôi còn được thêm cái thích thú và khám phá mới nữa: đó là những phòng học và các cơ sở đặc biệt. Khi đến giờ môn Hội Họa (chỉ có trong chương trình các lớp Đệ Nhứt Cấp mà thôi), chúng tôi đến học tại phòng vẽ; đây là một phòng rất rộng, không có các bàn học như các lớp học thường, mà trang bị toàn giá vẽ. Các giá vẽ này được đặt chung quanh phòng thành một vòng tròn, ở giữa có một bục gỗ cao. Học sinh đứng sau các giá vẽ, nhìn vào bục gỗ cao ở giữa, trên đó có để một vật để cho học sinh vẽ, có khi là một ấm trà, có khi là một nải chuối, hay một trái xoài, vv. Tôi còn nhớ, năm Đệ Ngũ (niên khóa 1955-1956), giáo sư môn Hội Họa của bọn tôi là Thầy Trương Đình Ý. Về sau tôi mới được biết chuyên môn chánh của Thầy là điêu khắc. Thầy Ý chính là điêu khắc gia đã thiết kế và thực hiện tượng Phật nằm khổng lồ tại núi Tà Cú (huyện Hàm Thuận Nam, tỉnh Bình Thuận) dài 49 mét, cao 11 mét. Xin đọc thêm bài viết về tượng Phật khổng lồ này tại địa chỉ Internet sau đây: http://www.vncgarden.com/con-nguoi-su-kien/tuongphattacuvadieukhacgiatruongdhinhy

Các giờ học môn Âm Nhạc (chỉ học ở Lớp Đệ Tứ) thì học tại phòng nhạc, phòng này vẫn trang bị bàn ghế như lớp học thường nhưng có thêm một đàn dương cầm. Tôi còn nhớ Giáo sư môn Âm nhạc này là Thầy Marcel (người Pháp lai), có tật ở chân, và có cặp mắt có thần mà bọn tôi sợ nhứt là khi Thầy cho làm bài tập gọi là "*dictée musicale.*" Thầy ngồi vào dương cầm và đờn một đoạn nhạc, và bọn tôi phải ghi ra giấy cho được các nốt nhạc đó. Một kỷ niệm khó quên với giờ Âm Nhạc này là một hôm, đúng vào giờ của Thầy Marcel, có một trận đá bóng quan trọng giữa hai trường Petrus Ký và Chu Văn An. Gần nữa lớp Đệ Tứ F của bọn tôi trốn học, đi coi trận bóng đó để ủng hộ đội banh nhà. Kết quả là cả bọn đều bị phạt ***"cấm túc"*** vào Chúa Nhựt cuối tuần đó. Tôi sẽ nói rõ hơn về hình phạt kỷ luật này của Trường Petrus Ký trong một đoạn sau. Các giờ môn Lý Hóa thì học tại các phòng thí nghiệm. Các phòng này được xây cất theo lối đại giảng đường (amphithéâtre), với bàn học đặt trên những bệ xi măng xây theo lối nấc thang, phía trước thấp, phía sau cao lên dần dần. Ngoài ra còn có Thư Viện nơi học sinh chúng tôi đến mượn sách giáo khoa cho các môn học vào mỗi đầu năm học. Và sau cùng là Bệnh Xá nơi bọn tôi đến chích ngừa mỗi năm, hoặc đến xin thuốc uống khi bị cảm ho hoặc được xức thuốc đỏ mỗi khi bị thương tích. Khi tôi vào học năm 1953, Trường Petrus Ký đã không còn chế độ nội trú nữa nên một số cơ sở của Trường đã không còn được sử dụng nữa như Phòng Ăn và Phòng Ngủ dành cho học sinh nội trú. Khu vực Phòng Ăn về sau được dùng làm trụ sở cho Tổng Thư Viện dọn từ Hà Nội vào sau tháng 7 năm 1954. Các dãy nhà làm Phòng Ngủ về sau được chia lại cho các trường Đại Học Khoa Học và Đại Học Sư Phạm để làm phòng học cho các ban. Tất cả các cơ sở này đều tập trung vào phía sau của Trường Petrus Ký. Tại đây còn có khu nhà ở dành cho nhân viên của Trường như quý vị Giáo sư và Giám thị cũng như nhân viên văn phòng Trường. Khu nhà ở này nằm đối diện với sân bóng đá và khu tập thể dục, ở giữa là một con đường trải đá xanh chạy ra đến tận đường Trần Bình Trọng.

Đối với bọn học sinh mới bọn tôi còn một chuyện lạ nữa, đó là sự hiện diện của các thầy giám thị. Ở trường tiểu học chỉ có các thầy cô giáo, các nhân viên thơ ký và lao công mà thôi, làm gì có giám thị. Nhưng ở Trường Petrus Ký thì khác, lúc nào và ở đâu cũng thấy các thầy giám thị. Xếp hàng vào lớp cũng mấy thầy, ra chơi trong hành lang, lại cũng mấy thầy, lên văn phòng xin giấy tờ cũng mấy thầy. Có thể nói, ngoài các giờ học ở trong lớp với các giáo sư, các sinh hoạt của học sinh chúng tôi hoàn toàn do các thầy giám thị kiểm soát. Dĩ nhiên là bọn tôi sợ các thầy giám thị quá chừng, nhưng qua một thời gian, một mối liên hệ tình cảm thân thương tự nhiên nẩy nở giữa anh em học sinh chúng tôi với các vị ấy, có thể nói còn thân tình hơn với các giáo sư nữa. Theo tôi, lý do chánh của việc này là do các thầy giám thị biết rõ tên họ, gia cảnh, hiểu rõ học lực, hạnh kiểm, tánh tình của từng đứa học sinh trong các lớp mà các thầy phụ trách. Nếu tôi nhớ không lầm thì đến khoảng thời gian học lớp Đệ Tứ (năm thứ tư tại trường), tình cảm của anh em học sinh chúng tôi và các thầy giám thị đã rất là gắn bó, tụi tôi coi các thầy như cha (nói chuyện với nhau chúng tôi thường dùng từ Papa để nói về các thầy). Đặc biệt có một người tụi tôi coi như mẹ, đó là cô giám thị Phạm Thị Ngà, mà tụi tôi thường gọi là Má Ngà; cô có một người con trai tên Quang học chung với tôi suốt các lớp Đệ Nhị Cấp. Tôi không nhớ rõ lắm nhưng hình như cô Ngà là vị giám thị nữ duy nhứt của Trường Petrus Ký. Tụi tôi đứa nào cũng thương cô vì cô rất hiền, và như một người mẹ thật sự, cô luôn bao che cho anh em chúng tôi mỗi khi chúng tôi phạm lỗi. Và, như đã nói ở trên, cô lại có con học chung với bọn tôi nên tình cảm giữa cô và bọn tôi thật là gần gũi. Ngoài ra, có một thời gian, lúc bọn tôi còn ở bậc Đệ Nhứt Cấp, vì thiếu giáo sư, nhà trường đã giao cho cô phụ trách môn Vạn Vật cho các lớp Đệ Thất và Đệ Lục. Tôi không bao giờ quên lời cô giảng trong một giờ Vạn Vật, học về con mèo: *"Con mèo nó có nghề võ, mấy em có để ý không, khi bị ai liệng xuống đất, luôn luôn nó xuống bằng bốn chân."* Khi gọi bọn tôi lên trả bài, cô luôn luôn cho điểm cao; và cô chưa bao giờ cho đứa nào "cấm túc" cả.

Nói đến "cấm túc" (dịch từ tiếng Pháp là consigne) là nói đến chuyện kỷ luật của nhà trường. Đây là một đặc điểm nữa của Trường Petrus Ký. Kỷ luật của nhà trường có thể nói là rất nghiêm khắc. Học sinh đi học luôn luôn phải mặc đồng phục: ngày thuờng thì quần dài hay quần ngắn màu xanh dương đậm, áo sơ mi trắng tay ngắn, áo phải bỏ vào trong quần; ngày lễ thì đồng phục là toàn trắng từ trên xuống dưới, áo trắng, quần dài trắng, và giày bố cũng trắng luôn. Đi học phải luôn luôn đúng giờ. Nếu đến trường sau khi giờ học đã bắt đầu thì phải lên văn phòng xin một giấy phép vào trình cho giáo sư thì mới được vào lớp. Nếu nghỉ học một ngày thì hôm sau phải đem thơ có chữ ký của phụ huynh, nói rõ lý do nghỉ học, vào trình cho văn phòng thì mới được cấp giấy phép vào lớp. Trước khi vào lớp, học sinh phải xếp hàng đôi ngay trước lớp dưới sự kiểm soát của các thầy giám thị. Khi giáo sư đến và cho phép vào lớp thì học sinh lần lượt vào lớp, đến các bàn học của mình và đứng nghiêm, chờ giáo sư cho phép ngồi xuống mới được ngồi. Giờ ra chơi cũng vậy, học sinh chỉ được ra khỏi lớp khi giáo sư cho phép. Ngày thường Hành Lang Danh Dự và Sân Danh Dự gần như là khu cấm địa đối với học sinh. Tôi còn nhớ hoài, trong mấy năm đầu, mỗi tháng đều có Thầy Giám Học (lúc đó còn gọi bằng tiếng Pháp là Censeur, là Thầy Trương Văn Huấn; thời gian này, Thầy Hiệu Trưởng--còn gọi là Proviseur--là Thầy Phạm Văn Còn) đến từng lớp để trao Bảng Danh Dự (Tableau d'honneur) cho các học sinh xuất sắc cả về học lực lẫn hạnh kiểm. Trước khi trao Bảng Danh Dự, lần nào Thầy Huấn cũng dạy bọn tôi như sau: *"Khi nào nghe tôi đọc tên, thì phải hô lên "Présent = Có mặt" rồi bước lên đây, khi nào nhận Bảng Danh Dự xong thì phải nói "Merci, Monsieur = Cám on, Thầy", nhớ không?"* Lúc đó bọn tôi nghe nói mỗi lần họp hội đồng giáo sư vẫn còn sử dụng tiếng Pháp.

Thầy Phạm Văn Còn
Hiệu Trưởng Petrus Ký 1951-1955

Hình phạt sử dụng trong hệ thống kỷ luật của Trường Petrus Ký là cấm túc (consigne). Nói chung có hai loại cấm túc: một loại phần lớn do các thầy giám thị "ban" cho bọn tôi khi phạm kỷ luật về hạnh kiểm, một loại do các giáo sư "ban" cho khi học sinh không làm bài, không thuộc bài. Mỗi khi các thầy cô giáo sư cho điểm không và đóng khung lại (zéros encadrés) thì đương nhiên đó là cấm túc. Một cấm túc là 4 giờ, và nửa cấm túc là 2 giờ. Việc thi hành cấm túc diễn ra như sau: học sinh bị cấm túc sẽ nhận được giấy báo của nhà trường vào ngày Thứ Sáu trong tuần, mang về nhà cho phụ huynh ký tên, đến ngày Chủ Nhựt sẽ vào trường, đến trình diện tại phòng cấm túc (thường tổ chức tại các phòng thí nghiệm, vì dễ kiểm soát), nộp lại giấy báo đã có chữ ký của phụ huynh, và ngồi trong phòng đó suốt thời gian 2 giờ hay 4 giờ đồng hồ tùy theo bị nửa hay nguyên cấm túc. Trong thời gian này, học sinh phải làm bài do các giáo sư đã chuyển đến trước cho các thầy giám thị trông coi phòng cấm túc. Học sinh nào bị cấm túc trong tháng thì tháng đó đương nhiên không được Bảng Danh Dự dù cho có được điểm trung bình cao. Nhờ hệ thống kỷ luật nghiêm khắc và chặt chẽ này, cộng thêm với đội ngũ giáo sư giỏi và tận tâm, Trường Petrus Ký đã liên tục đào tạo nhiều thế hệ học sinh giỏi và tỷ lệ trúng tuyển rất cao trong các kỳ thi Trung Học Đệ Nhứt Cấp, cũng như Tú Tài 1 và Tú Tài 2. Có năm tỷ lệ đậu Tú Tài là 100%, thí dụ, niên khóa 1972-1973, thi Tú Tài 2, ***"ban A, có 101 học sinh dự thi, đậu hết 101 em, với 2 người hạng Ưu, 10 người hạng Bình, 25 người hạng Bình Thứ, tỷ lệ 100%."*** (Tài liệu trích dẫn: Nguyễn Thanh Liêm, *"Trường Petrus Ký và nhà bác học Trương Vĩnh Ký,"* trong ***Đặc san Petrus Ký 1990: số đặc biệt kỷ niệm giỗ một trăm năm nhà bác học Petrus Ký (1-9-1898 -- 1-9-1998,*** tr. 120).

Sau khi tôi học xong năm Đệ Thất (niên khóa 1953-1954), một biến cố chính trị vô cùng quan trọng trong lịch sử hiện đại của đất nước diễn ra: Hiệp Định Đình Chiến được ký kết tại Genève, Thụy Sĩ, vào ngày 20-7-1954 và Việt Nam bị chia đôi tại vĩ tuyến 17. Đồng bào Miền Bắc, để tránh nạn Cộng sản, ồ ạt di cư vào Miền Nam. Để có chỗ dạy và học cho giáo sư và học sinh Trường Trung học Chu Văn An từ Hà Nội di cư vào Sài Gòn, Bộ Quốc Gia Giáo dục quyết định sử dụng cơ sở của Trường Petrus Ký làm trụ sở tạm thời cho Trường Chu Văn An. Trong thời gian hai năm, hai trường trung học lớn nhứt dành cho nam sinh của Việt Nam tại Sài Gòn cùng sinh hoạt tại một địa điểm. Trường Petrus Ký hoạt động từ 7 giờ sáng đến 1 giờ trưa, và nhường cơ sở của mình lại cho Trường Chu Văn An từ 2 giờ trưa. Trước kia, các lớp Đệ Nhị Cấp học buổi sáng, các lớp Đệ Nhứt Cấp học buổi chiều. Nay, vì tổng số giờ học cho cả trường chỉ còn có 6 giờ, Ban Giám đốc Trường Petrus Ký quyết định chỉ có các lớp phải đi thi được học 4 giờ (từ 7 giờ đến 11 giờ sáng), các lớp không đi thi chỉ được học 2 giờ mà thôi (từ 11 giờ sáng đến 1 giờ trưa). Thành ra, trong hai niên khóa (1954-1955 và 1955-1956), cho hai năm Đệ Lục và Đệ Ngũ, bọn tôi đã đi học trong những giờ giấc rất kỳ cục, ra khỏi nhà lúc 10 giờ rưỡi sáng và học xong về nhà khoảng 1 giờ rưỡi trưa, và dĩ nhiên là ăn cơm trưa lúc gần 2 giờ chiều.

Trong thời gian hai năm này, tình hình chính trị tại Miền Nam rất sôi động. Chính phủ Ngô Đình Diệm, một mặt phải giải quyết bao nhiêu vấn đề khó khăn trong việc định cư cho gần một triệu đồng bào Miền Bắc di cư vào, mặt khác phải đương đầu với các áp lực chính trị và quân sự của các chính đảng và giáo phái chống đối lúc nào cũng lăm le lật đổ chính phủ. Một trong các nhóm chống đối này là lực lượng Bình Xuyên của Thiếu Tướng Lê Văn Viễn (thường được gọi là Bảy Viễn). Chuyện có liên quan đến Trường Petrus Ký là chuyện phe Bình Xuyên chọn cơ sở giáo dục này làm nơi đóng quân cho một đơn vị Công An Xung Phong của họ (lúc đó, Tổng Nha Cảnh Sát Công An, do Lai Văn Sang, cố vấn quân sự của Bảy Viễn, giữ chức Tổng Giám Đốc, thuộc quyền kiểm soát của Bình Xuyên). Tôi vẫn còn nhớ trong thời gian đó, mỗi ngày lúc dẫn xe đạp vào Trường, bọn tôi đều phải đi ngang qua các trạm phòng thủ của đơn vị Công An Xung Phong này. Họ đặt một trạm canh ngay ngoài cổng với 3 hay 4 người lính và một khẩu súng đại liên. Một trạm canh thứ hai đặt ở hành lang chắn ngang ở cuối con đường trải đá ong. Đường dây điện thoại liên lạc giữa hai trạm canh trải dài theo con đường này. Thỉnh thoảng bọn tôi thấy có một chiếc xe Jeep mui trần từ trong khu vực phía sau Trường chạy ra cổng, trên xe, ngồi cạnh tài xế ở phía trước, có một người có vẻ là cấp chỉ huy, có đeo bên hông một khẩu súng Colt 45 (kiểu súng cao bồi) cán bạc, trông rất oai vệ. Bọn tôi ai cũng tin rằng đó chính là Đại Úy Lê Paul, con trai của Tướng Bảy Viễn, chỉ huy trưởng của lực lượng Công An Xung Phong. Lâu lâu lại có báo động, lính Bình Xuyên, từ khu vực bên trong, với đầy đủ khí giới, chân mang giầy đinh, chạy rầm rầm ra ứng chiến và tăng cường cho các trạm canh. Đó là những khi có các đoàn quân xa chở binh sĩ của Quân Đội Quốc Gia, vẫn còn trung thành với Chính phủ Ngô Đình Diệm, chạy ngang qua khu vực đường Nancy. Chúng tôi đã học hành hai năm trong không khí chiến tranh căng thẳng như vậy. Và, dĩ nhiên, chuyện sẽ đến phải đến. Một buổi trưa cuối tháng 4-1955, tôi còn nhớ đang học giờ Pháp văn với Thầy Phạm Văn Sửu, trong một phòng học trên dãy lầu mà cửa sổ trông xuống con đường trải đá ong từ cổng vào. Bỗng nhiên, từ trong lớp, chúng tôi nghe nhiều tiếng la hét, tiếng giày đinh chạy rầm rầm bên dưới đường. Không đầy năm phút sau thì có tiếng súng nổ vang dội, càng lúc càng nhiều. Biết lần này là đánh nhau thật rồi, Thầy Sửu bình tĩnh ra lệnh cho các học sinh ngồi các bàn sát cửa sổ đóng kín các cửa sổ lại, và tất cả học sinh chui xuống ngồi ở dưới các bàn học. Riêng Thầy Sửu thì đi ra ngoài đóng lại cửa chính của lớp học mở ra hành lang trông xuống Sân Danh Dự, rồi trở lại ngồi ngay tại bàn của thầy. (Tôi sẽ nói thêm về Thầy ở Chương Hai). Thầy trò chúng tôi chịu trận như vậy có lẽ đến khoảng 20 hay 30 phút cho đến khi tiếng súng ngưng hẳn. Vài phút sau, mặc dù chưa đến 1 giờ trưa, nhà trường cho lệnh học sinh ra về hết. Khi dẫn xe đạp ra cổng, bọn tôi vẫn còn ngửi thấy mùi khói súng khét lẹt, và, dĩ nhiên cũng trông thấy bộ dạng căng thẳng của những người lính Công An Xung Phong Bình Xuyên đang còn nằm dài suốt con đường trải đá ong cũng như tại trạm canh ngoài cổng. Sau này mới biết đó là cuộc chạm súng giữa đơn vị Công An Xung Phong đóng tại Trường Petrus Ký với một đơn vị nhảy dù của Quân Đội Quốc Gia gồm phần lớn là người Nùng từ Miền Bắc di cư vào. Sau ngày hôm đó coi như bãi trường luôn và chúng tôi chỉ trở lại trường vào đầu niên khóa sau. Ngày đầu tiên trở lại Trường, chúng tôi vui mừng vô cùng vì được gặp lại Thầy Cô và bạn bè. Nhưng đó cũng là một ngày rất buồn vì trông thấy những chứng tích của trận đánh vẫn còn in hằn lên những cơ sở của Trường: vết đạn còn đầy khắp nơi, trên các cửa sổ, các bức tường; bàn ghế trong các lớp học cũng bị hư hại, nếu tôi nhớ không lầm thì hình như bức tượng bán thân bằng đồng đen của Nhà Bác Học Petrus Ký cũng bị trúng một viên đạn.

Tượng bán thân bằng đồng đen của Nhà Bác Học Trương Vĩnh Ký

Bức tượng Petrus Ký hiện nay với vết đạn trên má

Tôi còn nhớ mãi các dấu tròn cháy nám đen trên các lan can của hành lang trông xuống Sân Danh Dự do lính dù đặt nồi nấu cơm trong thời gian họ chiếm đóng Trường sau khi đánh bật đơn vị Công An Xung Phong ra khỏi vị trí này. Các dấu nám này mãi đến mấy năm sau vẫn còn. Nghe nói khu vực văn phòng và nhà ở của Thầy Hiệu Trưởng Phạm Văn Còn cũng đều bị thiệt hại. Sau biến cố Bình Xuyên đó, toàn thể Ban Giám Đốc, Ban Giáo sư, Giám thị và học sinh của Trường đã cùng nhau xây dựng lại ngôi trường thân yêu và chẳng bao lâu việc dạy và học đã trở về nề nếp cũ như trước. Với niên khóa 1956-1957 này, Trường Chu Văn An đã có cơ sở mới, và toàn thể học sinh Trường Petrus Ký lại được học đủ giờ như xưa. Riêng phần tôi và bạn bè cùng lớp thì náo nức bước vào năm học mới, Lớp Đệ Tứ F (niên khóa 1956-1957), chuẩn bị cho kỳ thi Trung Học Đệ Nhứt Cấp sẽ diễn ra vào Hè 1957.

Chương Hai

Nhớ về Thầy Cô của Tôi ở Trường Petrus Ký

Tôi học Trường Trung Học Petrus Trương Vĩnh Ký trong suốt 7 năm ở bậc trung học, 1953-1960. Khi vào trường, tôi chỉ mới là một cậu bé con 12 tuổi, rời trường, tôi đã là một thanh niên 19 tuổi, sắp sửa bước vào ngưỡng cửa đại học. Tôi đã được quý Thầy Cô chuẩn bị đầy đủ hành trang để tiếp tục theo đuổi việc học ở bậc đại học. Công ơn nầy tôi không bao giờ quên được. Bài viết nầy cố gắng ghi lại những kỷ niệm vui buồn tôi còn nhớ được về những năm tháng được sự chăm sóc dạy dỗ của quý Thầy Cô.

Những Năm Đệ Nhất Cấp

Năm Đệ Thất (Niên khóa 1953-1954)

Tựu trường niên khóa 1953-1954 tôi vào học Trường Trung Học Petrus Ký, được xếp vào lớp Đệ Thất B6 với số danh bộ là 4112. Con số danh bộ nầy tôi mang suốt thời gian 7 năm học tại Trường. Trong năm học đầu tiên nầy, vì Trường chưa có đủ giáo sư, một số Thầy Cô Giám thị được cử dạy một số giờ cho các lớp Đệ Thất mới vào. Riêng lớp Đệ Thất B6 của chúng tôi được học, nhưng chỉ trong một thời gian rất ngắn (sẽ đề cập đến vấn đề này ở phần sau), với các Thầy Cô Giám thị trong các môn học sau đây: môn Quốc Văn với Thầy Nguyễn Văn Ngọc, môn Vật Lý với Thầy Tăng Văn Chương (về sau có một thời gian làm Tổng Giám thị), môn Hóa Học với Thầy Lê Văn Khiêm, môn Vạn Vật với Cô Phạm Thị Ngà, và môn Anh Văn với Thầy Ưng Đồ. Hai Thầy Chương và Khiêm lại là Giám thị trông coi khu vực lớp chúng tôi. Các Giáo sư phụ trách các môn học còn lại là: Thầy Dương Dạn Hòa môn Toán, Thầy Phạm Văn Sửu môn Pháp Văn, Thầy Ưng Thiều môn Hán Văn, và Thầy Nguyễn Văn Gần môn Sử Địa.

Một điều đặc biệt là trong năm 1953, sau khi bắt đầu năm học một thời gian ngắn thì nhà Trường nhận được 5 giáo sư mới vừa tốt nghiệp Trường Cao Đẳng Sư Phạm Hà Nội. Đây là những vị Giáo sư gốc Miền Bắc đầu tiên của Trường Petrus Ký. Đó là các Thầy: Bùi Trọng Chương, Lê Xuân Khoa, Vũ Ngọc Khôi, Đinh Xuân Thọ, và Nguyễn Hữu Kế. Các Giáo sư mới này được Trường sử dụng ngay, thay thế cho các Thầy Cô gốc Giám Thị. Sau này, tại hải ngoại, các anh em cựu học sinh Petrus Ký đã đặt cho 5 vị Giáo sư này một cái tên chung là ***"Ngũ Hổ Tướng Petrus Ký."***

Trừ Thầy Nguyễn Hữu Kế, Lớp Đệ Thất B6 (sang lục cá nguyệt thứ nhì của năm học này thì lớp được đổi tên thành Đệ Thất F) chúng tôi được học với tất cả 4 Thầy còn lại. Thầy Chương dạy môn Luân Lý - Công Dân, Thầy Khoa dạy môn Quốc Văn, Thầy Khôi dạy cả 3 môn Lý-Hóa-Vạn Vật, và Thầy Thọ dạy môn Anh Văn.

Hình *Ngũ Hổ Tướng Petrus Ký* chụp tại trung tâm Sài Gòn

Các Thầy Sửu, Thầy Hòa, Thầy Gần, Thầy Chương, Thầy Khôi, và Thầy Thọ còn tiếp tục dạy chúng tôi trong nhiều năm nữa. Rất tiếc, anh em lớp Đệ Thất B6 chúng tôi chỉ được học với Thầy Khoa có một năm thôi. Và Thầy Khoa cũng chỉ dạy học tại Trường Petrus Ký trong một thời gian rất ngắn. Thầy rời Trường về làm việc tại Bộ Giáo Dục và lần lượt giữ những chức vụ cao cấp tại Bộ.

Các Thầy Cô Giáo Sư Chính Thức

Thầy Phạm Văn Sửu

Thầy Phạm Văn Sửu dạy môn Pháp Văn, là một trong những vị Giáo sư đầu tiên của Trường Petrus Ký đã để lại một dấu ấn đậm nét trong tâm hồn tôi, không những vì công ơn dạy dỗ của Thầy (chúng tôi học Pháp Văn với Thầy suốt 4 năm Đệ Nhất Cấp), mà vì Thầy đã nêu gương sáng cho tất cả anh em chúng tôi qua tư cách của Thầy (thí dụ như trong biến cố giữa

Bình Xuyên và Quân Đội Quốc Gia tại Trường, như tôi đã kể lại trong Chương Một), cũng như qua quyết tâm vươn lên trong xã hội của Thầy. Xuất thân là một huấn luyện viên thể dục, lại nặng gánh gia đình đông con, vợ lại không đi làm, Thầy đã cố gắng vừa đi làm, vừa đi học thêm để lấy bằng Tú Tài. Sau khi đậu xong Tú Tài, Thầy xin cải sang ngạch Giáo Sư Đệ Nhất Cấp và được cử dạy môn Pháp Văn tại Trường. Trong suốt 4 năm dạy Pháp Văn cho anh em chúng tôi tại Trường, Thầy lại mở lớp dạy tư thêm tại nhà, một ngôi nhà nhỏ trong khu Bàn Cờ, để tăng thêm lợi tức cho gia đình vì lúc đó các con Thầy cũng đã lớn, trong nhà cần chi phí nhiều hơn. Tôi vẫn nhớ có nhiều hôm tụi tôi đến học thêm tại nhà Thầy, trời nóng quá, Thầy cho phép tụi tôi cởi áo ra, ở trần hết, riêng Thầy cũng chỉ mặc áo thung ba lỗ. Hình ảnh "lớp học" lúc đó trông chắc buồn cười lắm nhưng quả thật đã để lại trong tôi rất nhiều kỷ niệm êm đềm. Cũng trong thời gian nầy, Thầy lại cố gắng ghi danh học Luật, và sau cùng Thầy lấy được mãnh bằng Cử Nhân Luật Khoa. Thầy rời Trường, chuyển sang ngành Tư Pháp và được bổ nhiệm vào chức vụ Chánh Án các Toà Sơ Thẩm. Gần mười năm sau, thầy trò chúng tôi lại có dịp gặp lại nhau tại tỉnh Kiến Hòa (Bến Tre). Lúc đó, tháng 10-1963, tôi vừa tốt nghiệp Đại Học Sư Phạm Saigon và được bổ về dạy môn Sử Địa cho các lớp Đệ Nhị Cấp tại Trường Trung Học Công Lập Kiến Hòa. Thầy Phạm Văn Sửu lúc đó là đương kim Chánh Án Toà Án Tỉnh Kiến Hòa. Tôi có đến thăm Thầy mấy lần tại ngôi biệt thự rất lớn dành cho vị Chánh Án của tỉnh, nằm cạnh bờ hồ Chung Thủy, ngay trước cổng Trường Trung Học. Tôi nhắc lại mấy buổi học "ở trần" tại nhà Thầy ở khu Bàn Cờ, Thầy cười và nói: ***"Cái thằng nhớ dai dữ."*** Thầy rất mừng cho sự đỗ đạt của tôi. Tôi không nói ra, nhưng trong bụng thầm nghĩ ***"Chính nhờ Thầy đã nêu gương sáng hiếu học mà ngày nay con mới nên người".***

Thầy Dương Dạn Hòa

Thầy Dương Dạn Hòa (chữ lót trong tên của Thầy là như vậy, có lẽ do Chánh Lục Bộ đã viết sai khi thân phụ Thầy đi làm giấy khai sanh cho Thầy) dạy anh em chúng tôi môn Toán hai năm Đệ Thất và Đệ Tứ. Thầy Hòa người nhỏ nhắn, đi dạy học lúc nào cũng bận complet, thắt cà vạt đàng hoàng. Thầy rất nghiêm khắc, và đặt ra rất nhiều luật lệ làm cho chúng tôi theo muốn hụt hơi. Thí dụ, khi làm bài trên giấy nộp cho Thầy thì luôn luôn phải gạch hàng đóng khuôn tên của mình lại, mà khuôn thì phải đầy đủ bốn gạch thành hình chữ nhựt đàng hoàng, mấy tên nào làm biếng chỉ gạch hai gạch, và dùng hai cạnh của tờ giấy làm hai cạnh còn lại của khuôn tên, đều bị trừ hai điểm. Khi làm bài trong lớp nộp cho Thầy thì chỉ năm đứa nộp bài đầu tiên là được đủ điểm tối đa, năm đứa kế tiếp đều bị trừ một điểm, năm đứa kế nữa bị trừ hai điểm, và cứ thế điểm tối đa bị sụt dần. Vì cái "luật" khắt khe nầy, tụi tôi đứa nào cũng rán làm bài cho nhanh để khỏi bị trừ điểm. Ngoài ra, Thầy còn đặt thêm một luật nữa, là tất cả các bài toán đều phải có phép thử viết ngay bên cạnh, thiếu cái nầy cũng bị trừ điểm luôn. Nói tóm lại tụi tôi làm toán phải luôn luôn đạt hai tiêu chuẩn là nhanh và đúng. Lúc đầu mới học với Thầy thật quả là khốn khổ, nhưng dần dà rồi cũng quen và thấy có hiệu quả tốt. Và với thời gian tụi tôi cũng nhận ra rằng Thầy tuy bề ngoài có vẻ rất nghiêm khắc nhưng thật ra rất vui tính và thương tụi tôi như con. Đặc biệt trong số học trò Thầy rất thương anh Hà Kim Phước, lý do là vì anh Phước nhỏ nhứt trong đám tụi tôi, nhỏ tuổi mà cũng nhỏ con luôn. Mãi đến bây giờ, anh em tụi tôi có dịp gặp lại nhau, có nhắc đến anh Phước đều gọi là "thằng Phước con Ông Hòa." Đến năm Đệ Tứ phải đi thi bằng Trung Học Đệ Nhất Cấp, tụi tôi có học thêm tại nhà với Thầy, một căn nhà gạch trong một con đường nhỏ mang tên là Palanca (bây giờ đổi tên thành đường Nguyễn Trung Ngạn). Xin mở một dấu ngoặc nhỏ để nói thêm một ít về con đường nhà Thầy Hòa. Con đường nầy rất ngắn, chỉ dài chừng mười lăm, hai mươi mét tính từ ngoài đường Luro vào (đường Luro sau năm 1954 đổi tên là đường Cường Để, bây giờ gọi là đường Tôn Đức Thắng). Ở ngay tại ngã ba hai đường nầy có một quán rượu nhỏ của một anh lính Pháp không chịu hồi hương (vì hình như đã lấy một bà vợ người Việt, và bà nầy không chịu theo chồng về Pháp) với một bảng hiệu rất ngộ nghĩnh, không đề bằng chữ mà toàn bằng số như sau: 0 20 100 0 (đọc theo tiếng Pháp sẽ tạo ra một âm thanh tương đương với câu Au Vin Sans Eau = Rượu Không Pha Nước). Xin đóng dấu ngoặc lại ở đây. Nhờ học thêm Toán với Thầy, cuối năm đó đa số anh em chúng tôi đậu bằng Trung Học Đệ Nhất Cấp rất dễ dàng. Thầy Hòa về sau trở thành Dân Biểu Quốc Hội trong thời Đệ Nhất Cộng Hòa, đại diện cho đơn vị Năm Căn của tỉnh An Xuyên (Cà Mau). Vào khoảng cuối thập niên 80, tôi nhận được thơ của một người bạn thân cùng lớp, anh Nguyễn Thanh Hải. Trong thơ, anh Hải cho hay một tin buồn: Thầy Hòa, do lớn tuổi bị mất trí nhớ, đi lạc, không biết đường về nhà, Thầy phải lang thang xin ăn tại Chợ Cầu Muối một thời gian, may nhờ một học sinh cũ nhận ra và đưa Thầy về nhà. Đọc thơ xong, tôi không cầm được nước mắt. Lập tức, một mặt tôi liên lạc với anh Võ Duy Thưởng, Tổng thư Ký Hội Ái Hữu Petrus Ký Bắc California, nhờ Hội giúp đỡ, mặt khác tôi liên lạc với vài anh em Petrus Ký xưa có học với Thầy Hòa. Anh Thưởng nhân danh Hội Ái Hữu Petrus Ký gởi sang 100 Mỹ kim, phần tôi và mấy anh em quen góp thêm 100 Mỹ kim nữa. Tôi gởi về cho anh Hải và anh Hải đã cùng một số học trò cũ đến thăm Thầy Hòa (vẫn tại căn nhà cũ đường Palanca đó) và trao cho Cô số tiền nầy. Sau đó anh Hải có gởi sang cho tôi bức ảnh chụp chung tại nhà với Thầy Cô, nhìn vào ảnh tôi buồn nhiều khi thấy rõ cái nhìn không hồn của Thầy. Mấy năm sau thì tôi được tin Thầy đã mất.

Thầy Nguyễn Văn Gần

Thầy Nguyễn Văn Gần là Giáo sư dạy chúng tôi môn Sử Địa trong hai năm Đệ Thất và Đệ Ngũ (về sau lên Đệ Nhị Cấp chúng tôi còn học với Thầy thêm năm Đệ Tam nữa). Trong tất cả các giáo sư mà tôi đã học ở Trường Petrus Ký trong suốt 7 năm chương trình Trung học, Thầy Gần là người vui tính nhứt, và dạy học sống động nhứt với lối kể chuyện rất lôi cuốn, làm bọn tôi vô cùng say mê. Riêng đối với cá nhân tôi, Thầy Gần đã có ảnh hưởng rất nhiều, gây sự thích thú trong tôi đối với môn học mà phần đông học sinh đều cho là khô khan, khó nuốt. Về sau chính tôi đã theo bước Thầy và trở thành Giáo sư dạy môn Sử Địa. Ngoài việc dạy anh em chúng tôi theo đúng chương trình chính quy của Bộ Giáo Dục, Thầy Gần luôn luôn kể thêm nhiều chuyện ngoại sử (kiểu như bài đọc thêm) với nhiều tình tiết hấp dẫn. Chắc chắn anh em nào đã học Sử Địa với Thầy Gần trong thời gian nầy cũng còn nhớ cảnh Thầy vừa kể chuyện D'Artagnan (trong truyện Ba Chàng Ngự Lâm Pháo Thủ - ***Les Trois Mousquetaires*** của Alexandre Dumas) đánh kiếm vừa ra bộ làm tuồng rất là hấp dẫn. Thời gian đó các anh lớn Petrus Ký đi thi Tú Tài mà gặp được Thầy hỏi vấn đáp thì coi như đậu chắc môn Sử Địa, vì Thầy không hề cho ai dưới điểm trung bình cả. Tôi tin rằng tất cả anh em học sinh Petrus Ký ai cũng thương mến Thầy Gần vì tánh tình vui vẻ, hiền lành của Thầy.

Thầy Ưng Thiều

Thầy Ưng Thiều dạy chúng tôi môn Hán Văn năm Đệ Thất. Chúng tôi chỉ học với Thầy có nửa năm, nhưng khó mà quên được Thầy. Sau khi xong Lục Cá Nguyệt đầu, nhà trường ra thông tư cho học sinh các lớp Đệ Thất chọn hoặc tiếp tục học Hán Văn, hoặc chuyển sang học Anh Văn. Đại đa số học sinh chuyển sang học Anh Văn (trong đó có cả tôi), kết quả chỉ còn lại có một lớp Đệ Thất duy nhất tiếp tục học Hán Văn với Thầy Thiều. Hôm Lớp Đệ Thất F (sau vụ chọn môn học đó, nhà trường đổi tên gọi các lớp, và Lớp Đệ Thất B6 của bọn tôi bây giờ đổi tên, gọi là Đệ Thất F) học giờ Hán Văn cuối cùng, Thầy Thiều đã đọc cho bọn tôi nghe bài thơ Thầy đã cảm hứng đặt ra như sau:

Đệ Thất cùng ta có cảm tình
Chia tay không lẽ lại làm thinh
Một ngày cũng gọi duyên sư đệ
Bốn tháng càng thêm ... (tôi quên mất mấy chữ cuối)

Thú thật lúc bấy giờ, bọn tôi còn quá nhỏ để có thể hiểu được tấm lòng của Thầy đối với bọn tôi. Bây giờ, nghĩ lại mới thấy quả thật mình đã quá vô tình với Thầy, chỉ mong sớm chấm dứt việc học môn Hán Văn quá khó khăn, để chuyển sang học môn Anh Văn coi bộ vừa dễ học hơn vừa có tương lai hơn. Tuy thời gian học với Thầy Thiều quá ngắn ngủi nhưng cũng có nhiều kỷ niệm vui. Thầy bắt bọn tôi mỗi đứa đều phải cắt giấy tập ra thành từng miếng vuông vức, mỗi cạnh chừng 5 cm, rồi viết từng chữ Hán lên đó, mà phải viết cho thật vuông vức. Mỗi khi Thầy kêu lên trả bài thì phải mang lên nguyên xấp giấy có viết chữ đó trình cho Thầy, Thầy sẽ lựa ra một vài chữ, đưa ra và bọn tôi phải trả lời ngay là đó là chữ gì và nghĩa gì. Bọn tôi thường nói đùa với nhau và gọi đó là "bộ bài của Thầy Thiều." Tuy chính thức là dạy Hán Văn, nhưng Thầy Thiều cũng dạy bọn tôi làm thơ luôn. Có một buổi học tôi còn nhớ hoài, hôm đó Thầy kêu bọn tôi lên trả bài, nhưng thay vì hỏi mặt chữ Hán như mọi lần, lần nầy Thầy biểu mỗi đứa phải đọc một câu thơ. Dĩ nhiên là tụi tôi xanh mặt hết vì đâu có chuẩn bị gì trước. Tên đầu tiên được gọi, đứng lên, và nhanh trí, anh ta tuông ra một câu xanh dờn:

Má tôi đi chợ chưa về

Thầy Thiều gật gù, không biết suy nghĩ thế nào, nhưng Thầy chấp nhận, Thầy nói: "Được", rồi kêu một tên khác. Tên nầy thấy coi bộ dễ ăn, bèn thừa thắng xông lên, tuông ra luôn:

Thiếm tôi đi chợ chưa về

Nhưng lần nầy thì không được nữa rồi, Thầy Thiều không chấp nhận và ra lệnh cho tên đó phải đổi qua một câu khác. Tên nầy cũng khá, bèn tự biên tự diễn luôn một câu mới, tuy mới về nội dung nhưng hình thức thì rõ ràng cũng vậy thôi:

Chú tôi ra tiệm mua đồ

Đến đây thì Thấy Thiều đã thấy rõ ràng là kiểu trả bài theo lối nầy là không xong rồi nên Thầy tự động chấm đứt luôn và trở về lối cũ, dùng "bộ bài" để đố bọn tôi chữ Hán. Thầy Thiều chính là tác giả hai câu đối đã được khắc ở cổng chính của Trường Petrus Ký:

Khổng Mạnh Cương Thường Tu Khắc Cốt
Tây Âu Khoa Học Yếu Minh Tâm

Thầy Lê Xuân Khoa

Trong số các Giáo sư trẻ từ Hà Nội vào, Thầy Lê Xuân Khoa là người đẹp trai nhất. Thầy Khoa dáng người cao lớn với một khuôn mặt rất thanh tú, mái tóc bồng bềnh rất nghệ sĩ, và mỗi khi Thầy cười để lộ hàm răng thật đều. Thầy giảng Quốc Văn thật hay, có thể nói Thầy chính là Giáo sư đầu tiên làm chúng tôi say mê môn Quốc Văn. Tôi không bao giờ quên được các bài "Chị Doãn," "Thị Nở," cũng như cái bài có câu "*Ngõ thăm thẳm xuyên vào ruột hai hàng tre, tre mọc liền, sát khít gốc, ở trên cành và lá giao nhau*", cũng như cái bài tả bà hàng bún chả trong Chợ Đồng Xuân, v.v. Thầy Khoa chỉ dạy bọn tôi có một niên khóa, sau đó Thầy rời Trường Petrus Ký, tôi không nhớ Thầy đổi đi trường nào, nhưng về sau tôi được biết có lúc Thầy dạy ở Đại Học Văn Khoa sau khi đi du học tại Ấn Độ về Triết Học Đông Phương, có lúc Thầy làm Tổng Thư Ký Viện Đại Học Saigon, và cũng có thời gian Thầy làm Đổng Lý Văn Phòng Bộ Quốc Gia Giáo Dục. Chức vụ cuối cùng của Thầy tại Việt Nam, trước năm 1975, là Phó Viện Trưởng, Viện Đại Học Sài Gòn. Mấy năm sau nầy, tôi có nhiều lần gặp lại Thầy tại các buổi họp của chuyên gia Việt Nam tại hải ngoại. Chức vụ sau cùng trước khi Thầy về nghỉ hưu tại Hoa Kỳ là President của SEARAC (Southeast Asia Resource Action Center = Trung Tâm Tác Vụ Đông Nam Á) tại Washington, D.C. Sau khi nghỉ hưu, Thầy được mời làm Giáo Sư Thỉnh Giảng cho Trường Cao Học về Nghiên Cứu Quốc Tế của Viện Đại Học Johns Hopkins ở Baltimore, tiểu bang Maryland. (Johns Hopkins School of Advanced International Studies – SAIS). Sau này, mỗi lần Thầy có dịp đi Việt Nam công tác, tôi đều thông báo cho anh em Petrus Ký bên nhà tổ chức họp mặt với Thầy. Thầy Khoa là tác giả cuốn sách best-seller ***Việt Nam 1945-1995: Chiến Tranh, Tị Nạn và Bài Học Lịch Sử. Tập 1: Tị Nạn 1954 và Bài Học Bốn Cuộc Chiến (1945-1979)*** do nhà xuất bản Tiên Rồng xuất bản năm 2004, 568 trang.

Thầy Bùi Trọng Chương

Thầy Bùi Trọng Chương cùng tốt nghiệp Trường Cao Đẳng Sư Phạm Hà Nội và cùng được bổ về dạy Trường Petrus Ký cùng một lượt với các Thầy Khoa, Thầy Khôi và Thầy Thọ. Ngoài năm Đệ Thất học với Thầy môn Luân Lý – Công Dân, tôi đã được may mắn học với Thầy môn Quốc Văn liên tiếp bốn năm Đệ Ngũ, Đệ Tứ, Đệ Tam và Đệ Nhị. Thầy Chương người tầm thước, hơi ốm, mặt xương, và có thể nói là một trong những vị Giáo sư khả kính nhất, và có tác phong sư phạm nhất của Trường Petrus Ký trong suốt thời gian bảy năm tôi theo học tại Trường. Thầy rất nghiêm, nhưng không khắt khe, Thầy lại dạy học rất tận tâm, soạn bài rất kỹ, chấm bài rất đều, và cho điểm rất chừng mực. Khi dạy lớp đi thi, như Đệ Tứ (thi Trung Học Đệ Nhất Cấp) hay Đệ Nhị (thi Tú Tài I), Thầy cố gắng theo sát và dạy thật đầy đủ chương trình giáo khoa, nhờ vậy, khi đi thi có thể nói là bọn tôi hoàn toàn không bị lúng túng trước các đề thi. Thầy Chương cũng nêu gương hiếu học cho bọn tôi. Vừa dạy học Thầy vừa học thêm tại Đại Học Luật Khoa và sau cùng cũng lấy xong bằng Cử Nhân Luật như các Thầy Sửu và Thầy Khôi. Về sau khi tôi đã tốt nghiệp Đại Học Sư Phạm Saigon, tôi có dịp làm việc chung với Thầy vài lần tại các hội đồng thi Tú Tài. Khi đó Thầy thường đảm nhận chức vụ Chánh Chủ Khảo hoặc Phó Chủ Khảo các hội đồng thi nầy và tôi lại được học hỏi về cách làm việc công bình và quang minh chính đại của Thầy. Trước khi rời Việt Nam năm 1981, nghĩ rằng sẽ không bao giờ còn có thể gặp lại Thầy, tôi đã đến chào Thầy lần cuối tại nhà Thầy trong khu Bàn Cờ. Về sau Thầy cùng gia đình sang định cư tại tiểu bang Oregon, Hoa Kỳ. Một lần nữa Thầy lại làm chúng tôi ngạc nhiên và vô cùng khâm phục: Thầy trở lại trường Đại Học và lấy xong văn bằng Bachelor of Arts. Gần đây, mỗi khi Thầy có dịp về Việt Nam thì anh em học sinh lớp Đệ Tứ F của Petrus Ký lại tổ chức họp mặt với Thầy. Thầy mất năm 2013 tại Nam

California, Hoa Kỳ. Sau khi Thầy mất, tôi và một nhóm học trò cũ ở Trường Petrus Ký của Thầy đã thành lập một Quỹ Học Bổng mang tên Thầy nhằm mục đích cấp phát học bổng cho học sinh giỏi và có gia cảnh khó khăn của Trường Trung Học Phổ Thông Chuyên Lê Hồng Phong (tức Trường Trung Học Petrus Ký trước năm 1975, là ngôi trường mà Thầy đã gắn bó trọn cuộc đời 40 năm dạy học của mình). Độc giả có thể vào xem chi tiết về Quỹ Học Bổng Thầy Bùi Trọng Chương tại địa chỉ Internet sau đây:

http://hoc-bong-btc.blogspot.ca/p/trang-chu_25.html

Thầy Vũ Ngọc Khôi

Thầy Vũ Ngọc Khôi còn dạy bọn tôi thêm hai năm nữa là các lớp Đệ Lục và Đệ Tứ, cả ba môn Lý, Hóa và Vạn Vật. Trái hẳn với Thầy Khoa, Thầy Khôi tướng tá rất vạm vỡ, trông như một võ sĩ. Có thể nói bọn tôi mê Thầy Khoa bao nhiêu thì bọn tôi sợ Thầy Khôi bấy nhiêu. Thầy dạy học rất nghiêm khắc, đứa nào lạng quạng, không thuộc bài, hay bị kêu lên bảng làm toán (vật lý) mà lôi thôi thì chết với Thầy. Nhưng nhờ vậy mà bọn tôi học rất có kết quả, nhất là năm Đệ Tứ, đi thi Trung Học Đệ Nhất Cấp đậu gần hết. Thầy Khôi cũng là một tấm gương sáng cho bọn tôi về đức tánh hiếu học. Thầy chịu khó vừa đi làm, vừa học thêm, Thầy lấy được bằng Cử Nhân Luật Khoa. Sau đó Thầy lại học tiếp, lấy xong Cao Học Luật Khoa và sau cùng Thầy đậu bằng Tiến Sĩ Luật Khoa của Đại Học Saigon. Trong thập niên 80, tôi được tin Thầy đã vượt biên thành công cùng với người con trai và định cư tại Hoa Kỳ trong vùng Washington, D.C. Tôi có liên lạc thư từ với Thầy nhiều lần, nhưng chưa có dịp gặp lại Thầy trước khi Thầy bất ngờ qua đời vì bệnh tim.

Thầy Đinh Xuân Thọ

Thầy Đinh Xuân Thọ còn dạy Anh Văn cho bọn tôi trong hai năm Đệ Lục và Đệ Ngũ (về sau lên Đệ Nhị Cấp, tôi còn được học thêm với Thầy một năm Đệ Tam nữa). Thầy Thọ tướng người tầm thước, trắng trẻo, giống như lai Pháp. Thầy rất hiền, và có một đặc điểm mà tôi không bao giờ quên được là mỗi khi Thầy mắc cở thì hai vành tai của Thầy đỏ lên liền. Thầy dạy học rất tận tụy với học sinh, Thầy dạy bọn tôi quyển Anglais Vivant, 6è Bleu của Carpentier Fialip là sách giáo khoa Anh văn của thời đó. Thầy bắt bọn tôi tập đọc rất nhiều, Thầy lại chú trọng rất nhiều về văn phạm, nhờ vậy mà bọn tôi có được một căn bản về văn phạm tiếng Anh rất vững chắc. Sau khi rời Trường Petrus Ký tôi không có dịp nào gặp lại Thầy. Tháng 8 năm 1984, trước khi rời Ottawa, đi nhận nhiệm sở mới tại Hamilton, Ontario, tôi có dịp gặp được người con trai của Thầy là Bác sĩ Đinh Xuân Anh Tuấn và được Tuấn cho hay Thầy đã mất vì bệnh tim tại Pháp mấy năm trước đó.

Các Thầy Cô Gốc Giám Thị

Thầy Tăng Văn Chương

Thầy Chương dáng người tầm thước, mặt nghiêm nghị, đầu hớt tóc ngắn kiểu "bàn chải = brosse," là Giám thị trực tiếp trông coi lớp Đệ Thất B6 của bọn tôi. Thầy dạy chúng tôi môn Vật Lý. Thầy biết tên họ, gia cảnh, hạnh kiểm, học lực của từng đứa bọn tôi. Lúc đầu bọn tôi rất sợ Thầy nhưng dần dần bọn tôi nhận ra là Thầy cũng hiền chứ không dữ như cái bề ngoài của Thầy. Một kỷ niệm vui mà bọn tôi có với Thầy xảy ra như sau: hôm đó vừa xong giờ Pháp Văn với Thầy Sửu, tụi tôi được ra chơi, anh Nguyễn Văn Ánh (về sau trở thành phi công lái phi cơ khu trục của Không Lực Việt Nam Cộng Hòa và tử nạn trong một phi vụ vào khoảng cuối thập niên 60) vừa ở trong lớp phóng ra, sớn sát nhảy lên cập cổ Thầy Chương từ đằng sau, khi nhận ra mình lầm, anh hoảng hồn vừa xin lỗi Thầy Chương vừa ấp úng nói: "*Con tưởng thằng Tắt*" (anh Dương Xã Tắt là học sinh lớn tuổi nhứt mà cũng lớn con nhứt trong lớp; anh Tắt và tôi về sau rất thân nhau; anh tử trận trong một cuộc đụng độ ở Bến Lức vào khoảng năm 1964 hay 1965), lúc đó tụi tôi đều xanh mặt lo sợ cho anh Ánh, nhưng, thật không ngờ, Thầy Chương chỉ cười và nói: ***"Cái thằng con khỉ,"*** rồi tiếp tục "đi tuần" như không có chuyện gì xảy ra.

Thầy Lê Văn Khiêm

Thầy Khiêm dạy Hóa Học, cũng người tầm thước như Thầy Chương nhưng ốm hơn, mặt coi hiền hơn, cũng là Giám thị khu vực lớp tôi, làm việc xen kẽ với Thầy Chương. Tôi còn nhớ mãi một hôm trong giờ Hóa Học, Thầy Khiêm, sau khi làm thí nghiệm phân tích nước ra thành ốc-xy và hydrô, đã cho một số học sinh chúng tôi lên ngửi ốc-xy trong ống nghiệm mà thầy đã phân tích ra được, và dĩ nhiên là bọn nhóc tụi tôi khoái vô cùng. Mấy năm về sau, mặc dù không còn học với Thầy Khiêm nữa, nhưng bọn tôi vẫn tiếp tục được Thầy trông coi với tư cách Giám thị.

Thầy Nguyễn Văn Ngọc

Thầy Nguyễn Văn Ngọc không phải là Giám Thị khu vực lớp bọn tôi nhưng được cử dạy môn Quốc Văn cho bọn tôi. Thầy ốm và rất cao, mặt xương, trông Thầy lúc nào cũng có vẻ buồn. Giọng Thầy rất ấm nên mỗi khi Thầy đọc các bài văn nghe rất hay và cảm động. Riêng bản thân tôi thì không bao giờ quên cái giờ Thầy giảng về một tác phẩm của một tác giả tiền chiến (tôi không còn nhớ tên) trong đó có một câu mà tôi vẫn còn nhớ từng chữ *"...nghe cái cột buồm lảo đảo, chỉ chỏ vẩn vơ các vì sao, kể cho nghe câu chuyện hải hồ cũng thú..."*. Thầy Ngọc còn một đặc điểm nữa là Thầy đi làm bằng một chiếc xe máy dầu rất lớn, hình như là hiệu Motobécane thì phải.

Thầy Ưng Đồ

Khi lớp Đệ Thất F của bọn tôi thành hình (từ Đệ Thất B6 đổi tên sang Đệ Thất F, do quyết định chọn học môn Anh Văn), một Thầy Giám thị nữa được nhà trường cử sang dạy môn Anh Văn. Đó là Thầy Ưng Đồ. Thầy Ưng Đồ tướng người cao lớn, da ngăm đen, tiếng nói rất to. Thầy cho bọn tôi biết là Thầy tự học môn Anh Văn vì Thầy thích ngôn ngữ nầy, Thầy đã từng tìm cách làm quen với các thủy thủ tàu buôn từ các nước nói tiếng Anh đến Saigon, với mục đích học cách phát âm và đàm thoại. Nên nhớ rằng vào thời gian đầu thập niên 50 nầy, số người biết rành tiếng Anh ở Việt Nam không có nhiều lắm. Đa số người học Anh Văn ở Saigon vào thời gian nầy đều sử dụng bộ đĩa "Anglais Sans Peine" (của Pháp) để nghe và học cách phát âm, ít có người chịu khó tìm học cách phát âm nơi những người "native speakers" như Thầy Đồ. Lúc đó, vì chưa hiểu nhiều gì về tiếng Anh, tụi tôi thường cười với nhau khi thấy Thầy Đồ cố gắng sửa lưỡi, sửa miệng để phát âm cho đúng các tiếng Anh đầu tiên mà Thầy đã dạy cho bọn tôi. Một điều đặc biệt nữa cần ghi lại về Thầy Đồ là sự đam mê tiếng Anh của Thầy. Thầy mê đến độ Thầy đã đặt tên cho mấy người con trai của Thầy bằng tiếng Anh luôn: hai anh Bửu Second (tức Bửu Nhị) và Bửu Third (tức Bửu Tam) là bạn học với bọn tôi suốt thời gian Đệ Nhất Cấp.

Cô Phạm Thị Ngà

Vị Giám thị nữ duy nhứt của Trường Petrus Ký là Cô Phạm Thị Ngà, dạy môn Vạn Vật. Cô đi làm luôn luôn mặc áo dài trắng, ít khi thấy Cô mặc áo màu nào khác. Cô bới tóc, mặt chỉ thoa một lượt phấn mỏng. Cô nói năng lúc nào cũng dịu dàng, nhỏ nhẹ, gần như không bao giờ thấy Cô giận, hay la mắng bọn tôi. Giờ Vạn Vật học với Cô lúc nào cũng vui vẻ, náo nhiệt vì bọn tôi biết không bao giờ Cô phạt ai cả. Vì thế, không nói ra, nhưng tất cả bọn tôi đều coi Cô như Bà Mẹ chung của cả lớp.

Năm Đệ Lục (Niên khóa 1954-1955)

Sang năm Đệ Lục, niên khóa 1954-1955, danh sách giáo sư dạy các môn học không có thay đổi nhiều. Thầy Sửu tiếp tục dạy môn Pháp Văn, Thầy Khôi tiếp tục dạy 3 môn Lý-Hóa-Vạn Vật, và Thầy Thọ tiếp tục dạy môn Anh Văn. Thầy Ưng Thiều trở lại dạy môn Quốc Văn. Giáo sư mới chỉ có một người: đó là Cô Lâm Thị Dung dạy môn Sử Địa. Không hiểu vì lý do gì, môn Luân Lý – Công Dân không được dạy ở năm Đệ Lục này.

Cô Lâm Thị Dung

Cô Lâm Thị Dung là một trong số rất ít các vị nữ Giáo sư của Trường Petrus Ký trong khoảng thời gian nầy. Cô dạy bọn tôi môn Sử Địa ở năm Đệ Lục nầy (về sau chúng tôi lại được học với Cô một năm nữa, ở lớp Đệ Nhị, nhưng trong năm nầy Cô chỉ dạy môn Địa Lý mà thôi). Cô Dung người nhỏ thó, gương mặt trái soan, Cô cũng bới tóc như Cô Ngà, nhưng Cô còn trẻ hơn. Về mặt dạy học, Cô Dung là thái cực đối lập với Thầy Gần của năm Đệ Thất. Cô rất nghiêm, và cách giảng bài của Cô lại nặng về từ chương, làm cho tất cả bọn tôi đều ngán và sợ hai giờ Sử Địa của Cô. Nói cho thật công bình thì vì bọn tôi đã quen với cách dạy vui nhộn và sống động của Thầy Gần qua suốt một năm Đệ Thất, nên bây giờ trước cách dạy rất là "chính quy" của Cô, tụi tôi không thể không có sự so sánh tương đối bất công đối với Cô.

Năm Đệ Ngũ (Niên khóa 1955-1956)

Sang niên khóa 1955-1956, lên Lớp Đệ Ngũ F, danh sách giáo sư có khá nhiều thay đổi. Bọn tôi vẫn tiếp tục học môn Pháp Văn với Thầy Sửu và môn Anh Văn với Thầy Thọ. Thầy Bùi Trọng Chương trở lại dạy hai môn Quốc Văn và Luân Lý – Công Dân. Các giáo sư mới là: Thầy Phan Đình Nữu dạy môn Toán, Thầy Trần Thượng Thủ dạy cả 3 môn Lý-Hóa-Vạn Vật, và Thầy Trương Đình Ý dạy môn Hội Họa. Khi chép thời-khóa-biểu bọn tôi vô cùng vui mừng khi được biết là sẽ lại được học môn Sử Địa với Thầy Gần. Giáo sư môn Toán, Thầy Nữu, không rõ vì lý do gì, chỉ dạy bọn tôi một thời gian ngắn và được Thầy Nguyễn Thạch thay thế.

Thầy Nguyễn Thạch

Hình Thầy Nguyễn Thạch chụp năm 1998

Thầy Nguyễn Thạch dạy bọn tôi môn Toán chỉ có một năm Đệ Ngũ nầy thôi nhưng mối quan hệ giữa Thầy và bọn tôi lại kéo dài đến nay là gần nửa thế kỷ. Nghĩ lại mới thấy ngày xưa ông bà nói rất đúng "nhất tự vi sư, bán tự vi sư." Thầy Thạch là một Giáo sư với một cá tính vô cùng độc đáo. Không những Thầy dạy hay, sống động, Thầy lại có một nhân sinh quan khác hẳn các Giáo sư khác trong Trường. Thầy không bao giờ tỏ ra mình quan trọng, Thầy lại coi bọn tôi như những đứa em nhỏ, Thầy "mầy, tao" với bọn tôi một cách tự nhiên như một người anh lớn, không một chút kênh kiệu hay làm dáng gì cả. Sau nầy, trong khoảng cuối thập niên 60 và đầu thập niên 70, tôi có dịp dạy chung với Thầy tại Trường Trung Học tư thục Tinh Thần (nằm trong Trại Lê Văn Duyệt do Linh Mục Lãm, Dòng Chúa Cứu Thế làm Hiệu Trưởng) và được biết thêm một điều đặc biệt nữa về Thầy: đó là việc Thầy rất say mê môn Hội Họa, và gần như Chúa Nhựt nào Thầy cũng vác giá vẽ đi vẽ khắp nơi trong thành phố. Tháng 3 năm 1998, tôi có dịp về Sài Gòn, và trong buổi họp mặt bạn bè Petrus Ký tôi đã được gặp lại Thầy.

Tuy mái tóc Thầy đã bạc trắng, Thầy vẫn còn rất khỏe (Thầy vừa đi đánh quần vợt về thì đến thẳng chỗ họp mặt, vẫn còn mặc nguyên bộ đồ sọt trắng tinh), và tác phong vẫn bình dân, giản dị, "mầy tao" với bọn tôi như 43 năm về trước.

Thầy Trần Thượng Thủ

Thầy Trần Thượng Thủ bọn tôi cả 3 môn Lý-Hóa-Vạn Vật chỉ có một năm Đệ Ngũ nầy thôi nhưng thật cũng khó mà quên được Thầy. Vì nhiều lý do. Trước hết là con người của Thầy. Thầy tác người thấp lại mập tròn, đầu gần như không có tóc, trông Thầy giống như một sĩ quan của Quân Đội Thiên Hoàng (Nhựt Bổn). Thầy lại rất nghiêm khắc, và nhiều khi có những hành động thái quá đối với học sinh, như là lên gối, dộng đầu học sinh vào bảng đen, có thể nói Thầy là một "hung thần" đối với bọn tôi (chính Thầy đã dùng chữ "hung thần" nầy để tự mô tả mình trong bài viết của Thầy trong Đặc San Petrus Ký 1998). Nhưng phải công nhận là Thầy giảng bài hay vô cùng, Thầy lại viết chữ và vẽ hình rất đẹp trên bảng. Một điểm đặc biệt nữa về Thầy Thủ là Thầy không ký tên thật của mình mà luôn luôn ký

"TamTê" (vì tên họ của Thầy gồm ba chữ T đứng đầu) trong học bạ của học sinh. Hơn mười năm sau, tôi có dịp gặp lại Thầy vì dạy chung với Thầy tại Trường Trung Học tư thục Kiến Thiết ở Sài Gòn. Ngay tại lần gặp gỡ đầu tiên trong phòng giáo sư Trường Kiến Thiết, khi tôi tiến lại chào, Thầy đã gọi tôi bằng tên họ chữ lót đầy đủ làm tôi vừa cảm động, vừa khâm phục trí nhớ của Thầy vô cùng. Thầy Thủ chính là hậu duệ đời thứ 12 của Tướng quân Trần Thượng Xuyên, vị Tổng Binh ba châu Cao-Lôi-Liêm thuộc tỉnh Quảng Đông, đã lãnh đạo 3000 quân đi trên 50 chiến thuyền vượt biển đến Đàng Trong để xin thần phục Chúa Nguyễn Phúc Tần vào năm 1679 vì không chấp nhận triều đại Mãn Thanh đã lật đổ Nhà Minh.

Thầy Trương Đình Ý

Thầy Trương Đình Ý dạy bọn tôi môn Hội Họa. Mỗi lần tới giờ nầy là bọn tôi đến Phòng Vẽ xếp hàng bên ngoài, chờ Thầy cho phép mới được vào. Mỗi học sinh có một giá vẽ riêng, ở giữa phòng có một cái bệ cao, trên đó Thầy Ý sẽ đặt một món đồ cho bọn tôi coi theo mà vẽ, khi thì cái ấm nước, khi thì nải chuối, v.v… Chuyên môn của Thầy Ý về sau nầy tôi mới biết là nắn tượng chứ không phải vẽ tranh. Thầy Ý, dù thật sự là một nghệ sĩ, bề ngoài trông không có vẻ gì là nghệ sĩ cả, nhìn Thầy bọn tôi có cảm tưởng Thầy là một ông công chức già, tóc hớt cao, làm việc tỉ mỉ. Suốt giờ học, Thầy chỉ ngồi tại bàn bu-rô, cắm cúi làm chuyện riêng của mình (phác họa các đồ án điêu khắc của Thầy), chỉ thỉnh thoảng ngước lên nhìn một vòng xem có đứa nào phá rối gì hay không, họa hoằn lắm mới thấy Thầy đi một vòng xem bọn tôi vẽ ra sao. Thầy Ý chính là điêu khắc gia đã tạo tượng Phật nằm khổng lồ, dài 49 m, ở núi Tà Cú, thuộc huyện Hàm Thuận Nam, tỉnh Bình Thuận, được xác nhận trong Trang Web sau đây:

http://www.tiengviet.com/kham-pha-tuong-phat-dai-nhat-dong-nam-a.html

Năm Đệ Tứ (Niên khóa 1956-1957)

Qua năm học sau, Lớp Đệ Tứ F chúng tôi vẫn tiếp tục học môn Quốc Văn và Luân Lý - Công Dân với Thầy Chương, và môn Pháp Văn với Thầy Sửu. Các Giáo sư mới mà cũ là Thầy Hòa dạy Toán, và Thầy Khôi dạy Lý Hoá và Vạn Vật. Các Giáo sư thật sự mới là Thầy Nguyễn Hoàng Sang dạy môn Anh Văn, Thầy Marcel dạy môn Nhạc, Thầy Hải dạy môn Hội Họa, và Cô Nguyễn Thị Sâm dạy môn Sử Địa.

Thầy Nguyễn Hoàng Sang

Thầy Nguyễn Hoàng Sang dạy môn Anh Văn là một người tầm thước, hơi ốm, đi dạy lúc nào cũng bận một đồ complet bằng vải sharkskin trắng. Thầy Sang có rất nhiều đặc điểm làm bọn tôi khó quên được Thầy. Tôi thật sự không rõ Thầy có được đào tạo về sư phạm hay không nhưng phải nhận rằng Thầy dạy rất hay, rất sống động, vừa tạo được không khí vui tươi cho lớp học, vừa tạo được sự tham gia tích cực của học sinh trong giờ học. Khi dạy về đề tài nào là Thầy vẽ hình về đề tài đó lên bảng ngay, mà Thầy vẽ theo lối hí họa nên trông rất vui và hấp dẫn.

Một lần Thầy dạy một bài về tàu bè, thế là Thầy vẽ ngay lên bảng một chiếc tàu, với đầy đủ mỏ neo, ống khói và dây ăng-ten. Vẽ xong, Thầy quay lại hỏi bọn tôi có biết dây đó là dây gì hay không. Dĩ nhiên bọn tôi đều biết đó là dây ăng-ten nhưng anh Ánh (cũng là cái anh chàng Ánh liếng khỉ đã nhảy lên cặp cổ Thầy Giám Thị Chương của hai năm về trước) lẹ làng dơ tay lên xin trả lời và bảo đó là dây phơi quần áo. Bọn tôi cười quá trời. Thầy Sang, mặt không đổi sắc, vừa chỉ tay vào mặt anh Ánh vừa nói: ***"Cha mầy!"*** Vậy thôi, Thầy không phạt anh Ánh gì cả, và lại quay ra dạy tiếp. Từ đó tụi tôi biết rõ bản tính hiền lành của Thầy. Khi dạy bài "Thỏ Rùa Chạy Đua" Thầy kêu ba học sinh lên, tôi và hai anh Xuân và Phước, Thầy bắt tôi đóng vai Thỏ, hai anh Xuân và Phước đóng vai Rùa, rồi Thầy bố trí cho hai con Rùa trong một lối đi giữa các bàn học, một con (anh Xuân) ở đầu lối đi, một con (anh Phước) ở cuối lối đi, còn con Thỏ thì ở lối đi phía bên kia. Hễ con Thỏ chạy gần đến cuối lối đi bên nầy thì con Rùa nhỏm dậy ở lối đi bên kia, vậy là lần nào con Thỏ cũng thua cả. Trong suốt vở kịch, ba anh em chúng tôi phải nói toàn những câu tiếng Anh do Thầy đã dạy trước. Bọn diễn viên bất đắc dĩ chúng tôi đã đóng trọn vẹn vở kịch "Thỏ Rùa Chạy Đua" do Thầy Sang "dàn dựng" ngay trong lớp học, và cả lớp đã được một buổi học vô cùng vui vẻ và sống động. Đặc điểm sau cùng về Thầy Sang mà tôi vẫn còn nhớ là Thầy đi dạy học bằng xe hơi, một chiếc Juvaquatre mui trần màu trắng, một điều khá hiếm trong giới Giáo sư trung học trong thập niên 50. Riêng tôi có được thêm một kỷ niệm riêng với Thầy Sang. Giữa năm đó, thi đệ nhứt lục-cá-nguyệt tôi đứng hạng nhứt môn Anh Văn, và được Thầy chọn thay mặt cho học sinh Petrus Ký đọc một diễn văn ngắn bằng tiếng Anh trong buổi lễ tiếp nhận sách do Phòng Thông Tin Hoa Kỳ tặng cho Trường. Tôi còn nhớ một ngày trước buổi lễ đó, học sinh Petrus Ký chúng tôi được điều động ra đứng dọc theo đường Công Lý để chào mừng Tổng Thống Ngô Đình Diệm công du Đại Hàn trở về. Bọn tôi ra đó rất sớm, tất cả đều mặc đồng phục trắng cho các ngày lễ, trong khi chờ đợi thì Thầy Sang đến, nói vài lời với thầy Giám thị phụ trách lớp bọn tôi, rồi dẫn tôi ra, cho tôi lên ngồi trên chiếc xe Juvaquatre kế bên Thầy (xe Thầy chỉ có hai chỗ ngồi, không có băng sau) và tập dượt cho tôi đọc bài diễn văn mà Thầy đã soạn sẵn. Nhờ vậy, qua hôm sau, tôi đã làm tròn nhiệm vụ, đọc bài diễn văn không bị vấp váp.

Thầy Marcel

Thầy Marcel dạy bọn tôi môn Nhạc ở năm Đệ Tứ nầy. Thầy là người Pháp lai, nói tiếng Việt (giọng Bắc) rất giỏi. Thầy bị tật ở chân nên đi khập khiễng. Điều đặc biệt nhứt ở Thầy Marcel là cặp mắt của Thầy, một cặp mắt sâu, sắc, và rất có thần, bọn tôi ít đứa nào dám nhìn thẳng vào mắt Thầy. Thầy lại rất nghiêm khắc. Giờ học với Thầy Marcel luôn luôn diễn ra tại Phòng Nhạc. Bọn tôi sợ nhất là mỗi khi Thầy ra bài "dictée musicale," mỗi lần như vậy thì Thầy ngồi vào chiếc đàn dương cầm, đánh lên một số nốt nhạc, và bọn tôi phải ghi ra trên giấy nộp lại cho Thầy để chấm điểm, tôi thường lãnh trứng vịt. Cũng may là môn Nhạc chỉ là một môn học "ăn chơi" mà thôi, không có thi lục-cá-nguyệt và điểm không được ghi vào thông-tín-bạ. Một kỷ niệm vui mà bọn Tứ F chúng tôi nhớ hoài về giờ Nhạc với Thầy Marcel là cái lần Thầy bắt anh Ánh (cũng anh Ánh nổi tiếng liếng khỉ đó) lên hát một mình bản Quốc Ca cho cả lớp nghe, với lời hăm dọa trước là hát sai một nốt thì lãnh "cấm túc" liền, kết quả là anh Ánh vừa hát mà vừa mếu trông rất tức cười. Cũng may, khi anh Ánh mới hát được chừng gần nữa bài thì Thầy ra lệnh cho chấm dứt và cho anh Ánh về chỗ. Một kỷ niệm nữa là một hôm giờ Nhạc của Thầy Marcel trùng với giờ của trận bóng tròn quan trọng giữa Trường Petrus Ký và Trường Chu Văn An. Hơn nửa lớp Đệ Tứ F (trong đó có tôi luôn) bỏ giờ Nhạc, trốn ra sân để xem trận banh và ủng hộ đội nhà. Ngày hôm sau vào Trường, bọn trốn học chúng tôi đều bị kêu lên gặp Thầy Tổng Giám Thị, lúc đó là Thầy Lê Ngọc Toản (về sau có thời gian làm Hiệu Trưởng Trường Trung Học Nguyễn Đình Chiểu ở Mỹ Tho). Thầy Toản kêu từng đứa vào, hỏi lý do tại sao hôm trước vắng mặt giờ Nhạc. Thôi thì đủ thứ lý do được bọn tôi đưa ra, nào là bị chó cắn phải đi Viện Pasteur chích thuốc, nào là mẹ đau phải đi hốt thuốc Bắc cho mẹ, nào là phải ở nhà phụ mẹ và chị lo đám giỗ bà ngoại, v.v. Nhưng tất cả lý do đều bị Thầy Toản pha hết, và mỗi đứa bọn tôi đều lãnh "nửa cấm túc." Chúa Nhật đó tất cả bọn tôi đều gặp nhau tại Phòng cấm túc trong hai giờ.

Thầy Hài

Thầy Hài, người Bắc, dạy bọn tôi môn Hội Họa trong năm Đệ Tứ nầy. Rất tiếc, tôi không được biết tên họ đầy đủ của Thầy. Thầy Hài người rất cao, mang kính, và tác phong hoàn toàn khác với Thầy Ý của năm Đệ Ngũ. Thầy rất hiền lành, và rất gần gũi với học sinh, giờ học nào cũng vậy, Thầy đi vòng vòng khắp lớp học và chỉ cho từng học sinh cách nhắm, cách vẽ, cách đánh bóng. Bọn tôi rất thương Thầy. Trước Tết năm đó, tin Thầy Hài bị tử nạn trong một vụ cháy nhà (nhà Thầy làm pháo, chẳng may bị nổ và gây ra đám cháy) làm cả lớp Đệ Tứ F bọn tôi vô cùng xúc động. Nhà Trường đã tổ chức cho học sinh chúng tôi tham dự tang lễ của Thầy.

Cô Nguyễn Thị Sâm

Cô Nguyễn Thị Sâm là Giáo sư môn Sử Địa của lớp Đệ Tứ F bọn tôi. Hình như Cô là con gái lớn của Thầy Y tá trưởng Bệnh Xá của Trường. Cô Sâm người tầm thước, tóc uốn, mặt trái soan, mang kính cận khá nặng, và có dáng đi rất đẹp. Cô là thái cực đối nghịch của Cô Dung. Cô làm bọn tôi say mê môn Sử Địa vì Cô dạy môn học với tất cả tâm hồn và lòng nhiệt thành. Nếu Thầy Gần là Giáo sư gây được niềm vui trong hai giờ Sử Địa thường được coi là khô khan, thì Cô Sâm là Giáo sư đã thật sự hun đúc nơi anh em chúng tôi lòng ái quốc, và niềm tự hào về lịch sử của dân tộc mình. Khác hẳn với Cô Dung chỉ lấy sách giáo khoa ra đọc cho bọn tôi nghe, Cô Sâm soạn hẳn bài Sử và đọc cho bọn tôi chép. Lời văn của Cô vừa bóng bẩy, vừa hùng hồn, đọc lên gây xúc động rất nhiều nơi học sinh.

Cuối năm Đệ Tứ, bọn tôi đi thi Trung Học Đệ Nhất Cấp đậu gần hết lớp. Đó là nhờ công lao dạy dỗ các tất cả các Thầy Cô và cũng nhờ kỷ luật của nhà Trường.

Những Năm Đệ Nhị Cấp

Tựu trường niên khóa 1957-1958, Trường Petrus Ký mở tất cả 7 lớp Đệ Tam, 1 lớp Ban A (mà tôi theo học), 5 lớp Ban B, và 1 lớp Ban C. Trong Lớp Đệ Tam C, tôi còn nhớ được 3 người bạn: Phạm Phú Minh (người viết Lời Tựa cho cuốn sách này), trước kia là Chủ nhiệm kiêm Chủ bút tạp chí ***Thế Kỷ 21***, hiện nay là Chủ bút của tạp chí điện tử trực tuyến ***Diễn đàn Thế Kỷ***, và 2 bạn đã vĩnh viễn rời xa bạn bè là Trần Đại Lộc và Đỗ Ngọc Yến. Trần Đại Lộc, trước 1975, là Giáo sư Triết tại Trường Trung học Nguyễn Trãi, Sài Gòn, có thời gian được mời giảng về cách thức tổ chức Sinh hoạt Thanh niên Học đường (gọi là khóa Khải Đạo) tại Trường Đại Học Sư Phạm Sài Gòn. Còn Đỗ Ngọc Yến, sau 1975, là một nhà báo nổi tiếng tại hải ngoại, là người sáng lập và điều hành tờ báo ***Người Việt*** tại Nam California, Hoa Kỳ cho đến khi anh mất vào năm 2006.

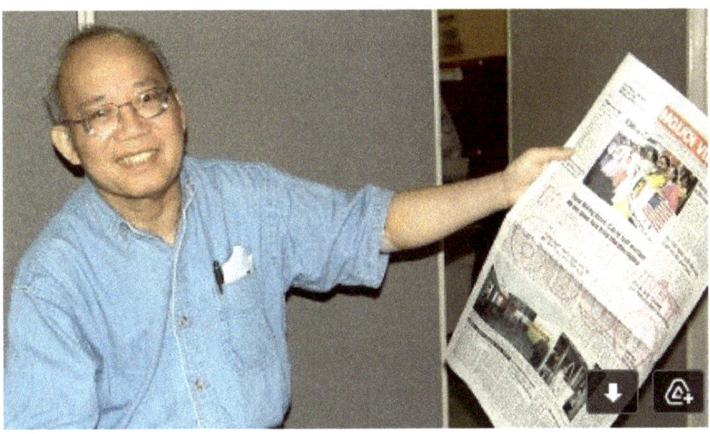

Hình Đỗ Ngọc Yến cầm tờ báo Người Việt mà Anh sáng lập và điều hành. (Nguồn: Báo Người Việt)

Anh Yến cũng là một trong số rất hiếm nhà báo người Việt được vinh danh trong Viện Bảo Tàng Về Báo Chí tại thủ đô Washington, D.C. của Hoa Kỳ vào năm 2008, như Trang Web ***Wikipedia*** đã ghi nhận như sau, tại địa chỉ Internet sau đây https://wikipedia.org/wiki/Yen_Ngọc_Do, ***"In 2008, the world's only***

museum of news, The Newseum located in Washington, D.C., dedicated a permanent exhibit to Do and his lifelong work."
(Xin tạm dịch sang Việt ngữ như sau: "Vào năm 2008, viện bảo tàng duy nhứt trên thế giới về báo chí, The Newseum, ở thủ đô Washington, D.C., đã dành cho họ Đỗ một khu triển lãm thành tích hoạt động trọn đời của ông.")

Hình một số học sinh Lớp Đệ Tam C (niên khóa 1956-1957) với Thầy Trần Văn Binh (Giáo sư Toán); anh Phạm Phú Minh, mặc quần áo trắng, đứng chống nạnh, bìa phía bên phải; anh Đỗ Ngọc Yến, người thứ ba, đứng bên trái, chỉ thấy mặt, và đeo kính

Lần tựu trường nầy khác hẳn các năm trước, tôi nhận thấy có rất nhiều khuôn mặt mới. Tuy mới mà cũ là các anh học các lớp Đệ Tứ khác của Trường, giờ đây vì đã chọn Ban A, nên được xếp vào đây. Hoàn toàn mới là các anh mới được Trường Petrus Ký nhận vào. Các anh nầy có thể từ các trường tư thục ở Saigon, hay ngay cả từ các trường tỉnh ở Miền Tây, hoặc một số ít từ Miền Trung vào. Họ được Trường Petrus Ký nhận cho vào học lớp Đệ Tam vì họ đã đậu bằng Trung Học Đệ Nhất Cấp từ hạng Bình Thứ trở lên. Trong số những bạn mới này, tôi rất vui được gặp lại và cùng học Lớp Đệ Tam A là anh Lê Hữu Chí, một bạn học cũ của tôi ở Trường Nam Tiểu Học Dakao.

Năm Đệ Tam (Niên khóa 1957-1958)

Ban Giáo sư của Lớp Đệ Tam A, niên khóa 1957-1958, là như sau:

- Thầy Bùi Trọng Chương: Quốc Văn
- Thầy Đinh Xuân Thọ: Anh Văn
- Thầy Trương Văn Cao: Pháp Văn
- Thầy Trần Văn Binh: Toán
- Thầy Nguyễn Tuế: Lý Hóa
- Thầy Trần Huệ: Vạn Vật
- Thầy Nguyễn Văn Gần: Sử Địa

Các Thầy Chương, Thầy Thọ và Thầy Gần là những Giáo sư đã theo anh em chúng tôi mà "lên lớp", từ năm Đệ Thất tới bây giờ. Cả ba Thầy đều dạy bọn tôi lần nầy là lần thứ ba. Bọn tôi dĩ nhiên rất vui mừng được gặp lại các Thầy. Các Thầy dạy các môn còn lại là các Thầy mới dạy anh em chúng tôi lần đầu. Ngoài ra, riêng môn Quốc Văn, Thầy Chương chỉ dạy chúng tôi nửa năm đầu. Nửa năm còn lại, môn Quốc Văn do Thầy Thái Chí phụ trách. Như vậy trong năm Đệ Tam nầy, chúng tôi được học với tất cả là 5 Giáo sư mới, đó là: Thầy Cao, Thầy Binh, Thầy Tuế, Thầy Huệ và Thầy Chí.

Thầy Trương Văn Cao

Thầy Trương Văn Cao dạy môn Pháp Văn. Thầy tác người hơi thấp, tóc chải xuôi, đeo kính cận khá nặng, đi dạy học xách một cái cạc-táp khá lớn. Khác hẳn với tác người, Thầy Cao là người rất nhanh nhẹn, đi cũng nhanh, nói cũng nhanh, đọc bài cũng nhanh. Mấy tháng đầu, bọn tôi chạy theo Thầy cũng mệt dữ, nhất là Thầy lại đọc tiếng Pháp có bỏ dấu, theo kiểu các Thày Dòng trường Taberd. Nghe nói trước kia Thầy cũng có đi tu dòng các Sư huynh một thời gian, nhưng về sau, vì thiếu ơn gọi, Thầy đã ra khỏi nhà dòng. Giờ học nào cũng vậy, khi bắt đầu bài mới, Thầy bước xuống khỏi cái bục kê bàn Giáo sư, tiến đến trước bảng đen, mở nút tay áo, xắn tay áo sơ mi lên, cầm viên phấn lên, và cứ thế Thầy viết ào ào (viết cũng nhanh luôn nữa mà), tụi tôi chép theo muốn khùng luôn. Còn cái chuyện trả bài thì ôi thôi còn "ghê rợn" hơn nhiều. Tụi tôi sợ nhất là cái màn trả bài "recitation," tức là trả bài thuộc lòng, mà toàn là các bài thơ tiếng Pháp không mới chết chớ. Vì sợ cái màn trả bài ghê rợn nầy, bọn tôi đứa nào cũng rán lo học cho thuộc lòng như cháo các bài "récitation" nầy. Kết quả thấy rõ là cuối năm tên nào tên nấy đều thuộc thơ Pháp quá trời. Phương pháp của

Thầy Cao quả thật có hiệu quả vô cùng đáng kể. Hai năm sau, khi tôi đã đậu Tú Tài I và lên Lớp Đệ Nhứt A1, Thầy Cao được cử làm Tổng Giám Thị. Lúc đó anh em Lớp Đệ Nhứt A1 bọn tôi thường nói đùa với nhau là Thầy Cao chính là Ban Giám Đốc của Trường. Lý do: tên họ đầy đủ của Thầy gồm đủ tên các vị trong Ban Giám Đốc Trường:

Trương: Thầy Hiệu Trưởng tên là Nguyễn Văn TRƯƠNG
Văn: Thầy Giám Học tên là Trần Hữu VĂN(G)
Cao: Thầy Tổng Giám Thị chính là Thầy CAO

Thầy Trần Văn Binh

Thầy Trần Văn Binh là Giáo sư môn Toán và có lẽ là Giáo sư lớn tuổi nhứt trong số Giáo sư dạy lớp Đệ Tam niên khóa đó. Thầy Binh có nhiều nét rất độc đáo. Trước hết, Thầy là một con người sống rất giản dị. Nếu gặp Thầy ở ngoài đường người ta khó có thể đoán được Thầy là một Giáo sư trung học. Thầy luôn luôn mặc một chiếc quần ka ki cũ màu vàng lợt, áo sơ mi tay ngắn trắng nhưng cũng rất cũ, đã ngả sang màu cháo lòng, Thầy lại thắt một sợi dây nịt da cũng cũ sì, mà lại quá dài, ở đoạn gần cuối, Thầy dùng một sợi dây thung buộc nó lại cho sát vào lưng quần. Thầy lại có nước da khá đen, răng Thầy bị hư khá nhiều và mất mấy chiếc, Thầy lại hớt tóc kiểu bàn chải. Tất cả cái bề ngoài đó dễ làm cho người ta lầm Thầy là một người thợ. Trên thực tế, trước khi về Trường Petrus Ký dạy Toán cho các lớp Đệ Nhị Cấp, Thầy Binh đã từng là một công chức cao cấp, đã làm đến chức Phó Tỉnh Trưởng. Sau nầy, Thầy rời Trường Petrus Ký về làm Phó Viện Trưởng Học Viện Quốc Gia Hành Chánh, nơi đào tạo các công chức cao cấp của Chính Phủ Việt Nam Cộng Hòa. Không những giản dị, Thầy còn là một người rất hiền lành, bọn tôi chưa bao giờ thấy Thầy nổi giận hay nói lớn tiếng với học sinh. Thầy rất giỏi Toán, là một trong số rất ít người đã đậu

Cử Nhân Giáo Khoa Toán trong thập niên 1950 tại Đại Học Khoa Học Saigon. Nhưng phải nhận là Thầy dạy Toán không có gì hấp dẫn. Cũng may là đối với Ban A của bọn tôi, môn Toán không phải là môn chánh. Sau nầy, bọn tôi còn học Toán với Thầy một năm nữa ở lớp Đệ Nhứt. Thầy Binh vẫn y chang như vậy, hoàn toàn không có gì thay đổi.

Thầy Nguyễn Tuế

Thầy Nguyễn Tuế dạy môn Lý Hóa. Khác hẳn Thầy Binh dạy Toán, Thầy Tuế trẻ hơn nhiều, chỉ lớn hơn bọn tôi độ chừng 5, 6 tuổi (nghe nói lúc đó Thầy còn đang học Đại Học Khoa Học, và chỉ là giáo sư dạy giờ của Trường), người cao lớn, rất đẹp trai, đi dạy mặc quần áo rất hợp thời trang, và dạy học rất hay và hấp dẫn. Có lẽ vì tuổi tác không chênh lệch mấy so với học trò nên Thầy phải tỏ ra rất nghiêm. Tôi không còn nhớ gì đặc biệt về Thầy.

Thầy Trần Huệ

Thầy Trần Huệ dạy chúng tôi môn Vạn Vật. Thầy người thấp, mặt tròn, trắng trẻo, mang kính cận, nói chuyện hay giảng bài gì cũng rất bình tĩnh, chậm rãi. Bọn tôi có nhiều kỷ niệm vui với Thầy Huệ. Năm Đệ Tam, chương trình Vạn Vật là học về Địa Chất. Mỗi đầu giờ học đều có chú lao công của Phòng thí nghiệm mang lên một khay đựng đầy các mẫu đất đá mà Thầy Huệ đã chọn sẵn. Thầy cho phép bọn tôi chuyền nhau xem các mẫu đất đá đó. Lần nào cũng như lần nấy, đến cuối giờ Thầy kiểm lại thì cũng đều thiếu một vài mẫu vì bọn tôi dấu đi để phá Thầy. Thầy chỉ cười, kêu đích danh một vài tên mà Thầy biết rõ tánh liếng khỉ, và các tên đó phải móc túi ra, đem mẫu đất đá lên trả lại Thầy, và cả lớp lại được một màn cười thoải mái, thích thú. Thầy Huệ cũng là một mẫu người hiếu học, và rất có chí. Nghe nói Thầy xuất thân là một Giáo Học Bổ Túc (có bằng Trung Học Đệ Nhất Cấp và học 3 năm tại Trường Quốc Gia Sư Phạm Saigon), nhờ cố gắng học đã đậu được bằng Tú Tài 2, Thầy lại tiếp tục học và lấy được Cử Nhân Giáo Khoa Vạn Vật và sau đó lấy luôn bằng Cao Học về Vạn Vật tại Đại Học Khoa Học Saigon. Sau nầy tôi có dịp gặp lại Thầy trong thời gian du học ở Hoa Kỳ, 1971-1973, lúc đó Thầy đang học Tiến Sĩ về Giáo Dục. Sau khi tốt nghiệp, cả hai thầy trò chúng tôi đều cùng về phục vụ tại Trường Đại Học Sư Phạm Saigon cho đến ngày 30-4-1975.

Thầy Thái Chí

Thầy Thái Chí dạy chúng tôi môn Quốc Văn vào đệ nhị lục-cá-nguyệt. Thầy người mập mạp, đeo kính cận, và có đặc điểm là hút ống vố. Tuy học với Thầy có nửa năm nhưng chúng tôi có được nhiều kỷ niệm khá vui với Thầy Chí. Chương trình Quốc Văn lớp Đệ Tam có học về các tác phẩm văn học cổ như Chinh Phụ Ngâm cũng như học về các thể thơ, như lục bát, thất ngôn bát cú, hay song thất lục bát. Sau khi học xong tác phẩm Chinh Phụ Ngâm, Thầy ra bài cho bọn tôi về nhà làm, tuần sau đem vô nộp. Đề bài là vịnh Chinh Phụ Ngâm bằng một bài thơ Đường thất ngôn bát cú. Phần đông bọn tôi sau khi nghe Thầy đọc xong cái đầu bài đều lùng bùng lỗ tai hết. Học về các thể thơ là một chuyện mà làm thơ thì lại là một chuyện khác. Hồi nào tới giờ bọn tôi có làm thơ Đường bao giờ đâu. Thế là có một phong trào "mua thơ" rầm rộ dâng lên. Trong lớp có mấy tay có máu văn nghệ, đã từng làm thơ đăng báo Trường hồi năm Đệ Tứ mà bọn tôi có nghe biết. Bây giờ mấy tay đó sáng giá quá trời, bị bọn tôi đeo dính, bao ăn uống thả dàn, nào đậu đỏ bánh lọt, sương sáu, cà rem dừa có rắc nho khô và đậu phộng, để xin mấy tay đó làm giùm cho mấy bài thơ. Mà phải công nhận mấy tay đó có tài làm thơ thiệt, qua tuần sau, khi nộp bài, cả lớp đứa nào cũng có thơ nộp cho Thầy Chí hết. Tuần sau nữa, Thầy Chí trả bài lại, khen cả lớp là làm thơ khá lắm, Thầy có biết đâu trên 60 bài thơ đó là "tác phẩm" của chỉ chừng độ một chục "thi sĩ" mà thôi. Có vẻ thừa thắng xông lên, bãi trường Tết năm đó, tên Quang (Trần Thái Quan hay Quang Trắng để phân biệt với tên Nguyễn Văn Quang hay Quang Đen), một trong các "nhà thơ" đã cứu nguy bọn tôi trong vụ làm thơ kể trên, liền trổ tài sáng tác một bài thơ Đường Luật nữa để tặng Thầy Chí. Hắn viết lên bảng trước khi vô giờ Quốc Văn của Thầy. Tôi không còn nhớ trọn bài thơ, chỉ nhớ được câu đầu và câu cuối:

Mừng Thầy Thái Chí bực thâm nho

. . . .

Dẫn chúng con ra vũng tối mò.

Đến giờ Quốc Văn, Thầy Thái Chí vào lớp, để cặp lên bàn, bước tới bảng đen đọc bài thơ của đệ tử tặng Thầy. Mới đầu Thầy gật gù, có vẻ rất chịu bài thơ, nhưng đến câu cuối thì Thầy đỏ mặt lên, Thầy giận vô cùng, và kết quả là hai giờ Quốc Văn đó, thay vì là một buổi bình thơ mang đầy tính văn nghệ, bọn tôi bị Thầy chưởi cho một trận nên thân. Cũng chỉ vì ba cái chữ «vũng tối mò» mà nhà thơ Quang Trắng, trong một lúc bí vận, phang đại vào bài thơ. Thật ra ý của anh Quang trong câu kết đó là nhờ có Thầy mà chúng con được dẫn «ra khỏi» cái «vũng tối mò,» tức là từ chỗ «u minh» ra được «ánh sáng.» Ý thì hay quá, nhưng gài vô trong một câu thơ bảy chữ tai hại như vậy thì trách sao Thầy Thái Chí không nổi giận cho được.

Năm Đệ Nhị (Niên khóa 1958-1959)

Sang năm Đệ Nhị, thành phần Giáo sư dạy Ban A có nhiều thay đổi:

- Thầy Bùi Trọng Chương: Quốc Văn
- Thầy Trương Văn Cao: Pháp Văn
- Thầy Phạm Văn Thuật: Anh Văn
- Thầy Trần Văn Thử: Toán
- Thầy Nguyễn Văn Phối: Lý Hóa
- Thầy Nguyễn Gia Tường: Vạn Vật
- Thầy Vũ Ký: Sử
- Cô Lâm Thị Dung: Địa

Trừ hai Thầy Chương và Thầy Cao, và Cô Dung, các vị kia đều là Giáo sư bọn tôi mới học lần đầu tiên.

Thầy Phạm Văn Thuật

Thầy Phạm Văn Thuật dạy môn Anh Văn cho lớp Đệ Nhị A của bọn tôi năm đó. Thầy đúng là một "English Gentleman" chánh hiệu con nai vàng, tốt nghiệp từ bên Ăng Lê (Anh Quốc) về. Thầy đi dạy bằng một chiếc xe hơi Opel mới tinh, màu hường lợt. Vào thời đó, xe Opel thuộc vào loại xe rất "xịn", trên cơ (tức là hạng cao hơn) rất xa các loại xe Pháp như Citroen, Peugeot hay Simca, chỉ thua xe Hoa Kỳ thôi, mà xe Hoa Kỳ lúc đó thì chưa có nhiều lắm. Thầy luôn luôn trầm tĩnh và nói năng rất nhỏ nhẹ. Đó là lần đầu tiên bọn học sinh Petrus Ký chúng tôi được thực sự học Anh Văn với một Giáo sư tốt nghiệp từ một quốc gia nói tiếng Anh. Thầy dạy bọn tôi quyển Anglais Vivant, Second Beige, làm tụi tôi theo muốn hụt hơi luôn. Mỗi lần Thầy dở sách ra đọc là bọn tôi theo dõi một cách say sưa, vì Thầy đọc sao mà dễ dàng như ăn cháo vậy, không phải uốn lưỡi, uốn miệng gì cả. Khi Thầy giảng bài Thầy nói tiếng Anh sao mà nó trơn tru như bọn tôi nói tiếng Việt vậy. Tụi tôi thực sự may mắn được học Anh Văn với Thầy hai năm liên tiếp (cả năm Đệ Nhứt luôn). Về sau Thầy rời Trường Petrus Ký lên làm việc trên Bộ Giáo Dục, và có lúc Thầy giữ chức vụ Tổng Giám Đốc Tổng Nha Trung Tiểu Học và Bình Dân Giáo Dục.

Thầy Trần Văn Thử

Thầy Trần Văn Thử là Giáo sư môn Toán, không riêng của lớp Đệ Nhị A bọn tôi mà luôn cả các lớp Đệ Nhị B nữa. Thầy Thử người to lớn, dềnh dàng, nhưng nói năng rất từ tốn. Thầy dạy bọn tôi cả Hình Học lẫn Đại Số. Trong tất cả các Giáo sư dạy Toán mà tôi đã được học trong suốt 7 năm tại Trường Petrus Ký, Thầy Thử là người mà tôi khâm phục nhứt. Thầy dạy có phương pháp sư phạm đàng hoàng và sử dụng giờ dạy học với hiệu quả rất cao. Mỗi tuần, bọn tôi học 4 giờ Toán, 2 giờ Hình Học vào Thứ Ba, và 2 giờ Đại Số vào Thứ Năm. Tuần nào cũng vậy, Thầy bảo bọn tôi về đọc trước bài giáo khoa về phần sẽ học tuần sau. Vào giờ học, Thầy tóm lược nội dung của bài giáo khoa, sau đó Thầy chỉ cho chúng tôi cách áp dụng phần giáo khoa để giải các đề toán. Thí dụ, muốn chứng minh hai mặt phẳng song song thì có mấy cách tất cả, trong mỗi cách thì cần có những yếu tố gì để có thể chứng minh được. Sau đó Thầy đưa ra các đầu đề toán về phần đó và dựa vào các yếu tố có trong đầu đề Thầy chỉ rõ cho bọn tôi là phải dùng cách thứ mấy để chứng minh. Phần còn lại của giờ học là thực sự giải các bài tập. Cuối giờ, bao giờ Thầy cũng lập lại các cách chứng minh cho bọn tôi nắm thật vững. Và cuối cùng là Thầy cho biết bọn tôi phải làm bài tập nào để nộp vào tuần sau. Thầy áp dụng cách dạy như thế trong suốt năm học. Mỗi tuần bọn tôi phải nộp hai bài, một cho môn Hình Học và một cho môn Đại Số. Và tuần nào Thầy cũng chấm và trả lại đầy đủ cho bọn tôi. Các bạn cứ thử tính xem, Thầy dạy tất cả 6 lớp Đệ Nhị, mỗi lớp độ 50 học sinh, mỗi học sinh nộp hai bài, như vậy là mỗi tuần Thầy chấm 600 bài tập, và chấm thật kỹ, sai một cái dấu + hay - trong bảng biện luận là Thầy cũng thấy và khoanh tròn. Thú thật, trong suốt cuộc đời đi học và sau nầy đi dạy của tôi, tôi chưa từng thấy một Giáo sư nào vừa dạy hay, vừa tận tâm với học sinh như vậy. Cuối năm Đệ Nhị, bọn tôi đi thi Tú Tài Ban A, làm hai bài toán hoàn toàn không gặp một chút khó khăn nào. Về sau, Thầy Thử có một thời gian làm Hiệu Trưởng của Trường Petrus Ký (1966-1969).

Thầy Nguyễn Văn Phối

Thầy Nguyễn Văn Phối dạy chúng tôi môn Lý Hóa. Hình như Thầy cũng là Giáo sư chịu trách nhiệm chung về tất cả các phòng thí nghiệm của Trường. Thầy Phối người Bắc, tác người trung bình, tóc hớt cao và đã bắt đầu hoa râm. Thầy nói năng, làm việc đều có vẻ lụp chụp, nhưng tánh Thầy rất hiền lành, dễ dãi, ít khi thấy Thầy giận học trò. Những giờ bọn tôi học với Thầy đều diễn ra tại phòng thí nghiệm. Tôi còn nhớ hoài có một lần Thầy làm thí nghiệm chất Na-tri, không hiểu sao bị nổ, miểng kiếng văng trúng vào tay Thầy làm chảy máu nhiều, Thầy phải ôm tay chạy lên Bệnh xá để được băng bó làm bọn tôi cười quá xá (dĩ nhiên bây giờ nghĩ lại thì thấy có lỗi với Thầy quá, nhưng lúc đó thì bọn tôi đâu có nghĩ như vậy). Một điều nữa làm tôi nhớ hoài về Thầy Phối là Thầy thường dọa bọn tôi mỗi lần bọn tôi học hành, làm bài lôi thôi với môn Lý Hóa của Thầy. Mỗi lần như vậy là Thầy lại nói: *"Học hành như mấy anh như vầy, cuối năm đi thi mà đỗ thì cứ dầm cái tay tôi đi."* Bọn tôi cứ mượn cái câu nầy của Thầy mà đùa giỡn với nhau hoài: *"Tao dầm cái tay mầy bây giờ."* Dọa bọn tôi như thế nhưng thật ra Thầy rất thương bọn tôi và dạy rất tận tâm, cho làm toán và giải bài tập rất kỹ, nhờ vậy cuối năm Đệ Nhị nầy, bọn tôi thi Tú Tài I đậu gần hết lớp. Về sau Thầy Phối rời Trường Petrus Ký, lên làm việc trên Tổng Nha Trung Tiểu Học và Bình Dân Giáo Dục, với chức vụ Chủ Sự Phòng Khảo Thí. Trong một thời gian, Thầy chính là người ký tên vào các chứng chỉ trúng tuyển các kỳ thi Trung Học Đệ Nhất Cấp và Tú Tài.

Thầy Nguyễn Gia Tường

Thầy Nguyễn Gia Tường dạy chúng tôi môn Vạn Vật. Chương trình môn Vạn Vật của lớp Đệ Nhị là Thực Vật Học. Thầy Tường cũng là người Bắc, lúc bấy giờ đã trọng tuổi rồi, đầu Thầy đã hói nhiều, và râu Thầy cũng đã bạc. Đi dạy học,

Thầy Tường luôn luôn đội nón cối và mặc một bộ complet may bằng hàng tussor. Thầy là Giáo sư cơ hữu về môn Luân Lý Chức Nghiệp của Trường Quốc Gia Sư Phạm, và chỉ dạy giờ cho Trường Petrus Ký. Cách dạy của Thầy rất đặc biệt. Mỗi đầu giờ Thầy bảo bọn tôi dở sách giáo khoa ra, kêu một đứa đứng lên đọc bài cho cả lớp nghe, thỉnh thoảng Thầy bảo ngừng lại để Thầy giảng cho rõ về đoạn đó, cứ như thế cho đến cuối giờ. Cách Thầy bảo ngưng đọc cũng rất là đặc biệt, Thầy luôn luôn nói: *"Thong thả, thong thả nào"*. Lúc đầu bọn tôi đâu có hiểu, cứ tưởng là Thầy bảo đọc chậm lại, về sau mới biết là khi Thầy nói như thế tức là Thầy bảo ngừng đọc. Dĩ nhiên, câu nói nầy cũng đi vào "ngôn ngữ" của bọn Đệ Nhị A chúng tôi luôn. Cứ mỗi lần ra chơi, giành nhau uống nước trà nóng do Trường cung cấp ngoài hành lang thì thế nào cũng có tên la lớn lên: *"Thong thả, thong thả nào."* Tôi không rõ Thầy có từng học vẽ hay không nhưng Thầy vẽ rất đẹp, bọn tôi nhiều hôm cứ mải lo trầm trồ các hình Thầy vẽ trên bảng về các loại cây cối mà quên cả vẽ theo vào tập của mình. Trong tất cả các vị Giáo sư lớp Đệ Nhị A năm học đó, Thầy Tường là người đạo mạo và khả kính nhứt.

Thầy Vũ Ký

Thầy Vũ Ký dạy chúng tôi môn Sử. Thầy người Trung, tác người ốm, cao, da hơi ngâm đen, và đeo kính cận gọng vàng. Tôi không còn nhớ gì nhiều về Thầy Ký, chỉ còn nhớ là tiếng Thầy rất lớn, giọng Thầy sang sảng và Thầy giảng Sử với rất nhiều nhiệt tình. Sau nầy tôi mới biết Thầy chính thật là một Giáo sư môn Quốc Văn, và là tác giả của nhiều sách giáo khoa môn nầy, cũng như là tác giả của một số sách về phê bình văn học khá nổi tiếng.

Cuối năm học nầy (1958-1959), lớp Đệ Nhị A đi thi Tú Tài I đậu gần hết lớp. Tựu trường niên khóa sau, bọn tôi lên lớp Đệ Nhứt A1, năm đó Trường Petrus Ký mở tất cả 7 lớp Đệ Nhứt, 2 lớp Ban A và 5 lớp Ban B. Trường Petrus Ký không có mở lớp Đệ Nhứt Ban C vì không có đủ số học sinh theo học Ban này. Các bạn tôi, trong đó có cả anh Phạm Phú Minh phải đổi sang Trường Chu Văn An để học lớp Đệ Nhứt C bên đó. Lớp Đệ Nhứt A1 của bọn tôi lại có thêm một số bạn học mới, do Trường Petrus Ký mới nhận vào, gốc từ các trường trung học tư thục, nhưng đã đậu bằng Tú Tài I từ hạng Bình Thứ trở lên.

Năm Đệ Nhứt (Niên khóa 1959-1960)

Ban Giáo sư lớp Đệ Nhứt A1, niên khóa 1959-1960, gồm các vị sau đây:

- Thầy Phạm Mạnh Cương: Triết Học
- Thầy Phạm Văn Thuật: Anh Văn
- Thầy Huỳnh Văn Hai: Pháp Văn
- Thầy Trần Văn Binh: Toán
- Thầy Cao Thu Hiền: Lý Hóa
- Thầy Nguyễn Huy Hùng: Vạn Vật
- Thầy Trần Văn Quế: Sử
- Thầy Bùi Đình Tấn: Địa Lý

Trừ Thầy Thuật và Thầy Binh, tất cả các vị kia đều là Giáo sư bọn tôi mới học lần đầu tiên.

Thầy Phạm Mạnh Cương

Thầy Phạm Mạnh Cương

Nguồn: http://huynhaitong.blogspot.com/2016/08/pham-manh-cuong.html

Thầy Phạm Mạnh Cương dạy chúng tôi môn Triết Học. Thầy người Trung, tác người hơi thấp, nhỏ con, hơi ốm. Thầy rất hiền, nói năng nhỏ nhẹ. Môn Triết là một môn học khó, nhưng Thầy cố gắng giảng cho thật dễ hiểu. Tuy nhiên bọn tôi vẫn không lấy gì làm thích thú môn học quá trừu tượng nầy. Mặc dù có sách giáo khoa của Linh Mục Cao Văn Luận, Thầy vẫn chịu khó soạn bài và đọc cho bọn tôi chép. Chỉ tiếc một điều là Thầy không cho làm luận nhiều nên năm đó đi thi bọn tôi tương đối gặp khó khăn với đề luận Triết. Thầy Cương lúc đó cũng đã là một nhạc sĩ nổi tiếng rồi, về sau Thầy còn nổi tiếng nhiều hơn.

Thầy Huỳnh Văn Hai

Thầy Huỳnh Văn Hai dạy chúng tôi môn Pháp Văn. Lúc dạy bọn tôi Thầy đã về hưu từ lâu rồi, nhưng Thầy vẫn còn đi dạy giờ thêm. Đầu Thầy bạc trắng, nhưng Thầy vẫn còn rất khoẻ, và nói chuyện rất chậm rãi. So với Thầy Cao ở lớp Đệ Nhị thì Thầy Hai dạy Pháp Văn vui hơn nhiều. Trong thời Đệ Nhứt Cộng Hòa, Thầy Hai đã từng là Dân Biểu của tỉnh Gò Công. Về sau, tôi còn được học với Thầy Hai thêm mấy năm ở Đại Học Sư Phạm Saigon. Thầy phụ trách dẫn sinh viên Ban Sử Địa bọn tôi đi dạy tập sự ở các trường Trung Học Đệ Nhị Cấp tại Saigon.

Thầy Cao Thu Hiền

Thầy Cao Thu Hiền phụ trách môn Lý Hóa cho lớp Đệ Nhứt A1. Thầy người Nam, ốm, cao, mang kính cận khá nặng. Thầy chỉ lớn hơn bọn tôi chừng 5, 6 tuổi gì đó thôi, và vừa mới đậu xong Cử Nhân Giáo Khoa Lý Hóa. Trong chương trình lớp Đệ Nhứt Ban A, môn Lý Hóa rất nặng, nhất là phần Vật Lý, với hai quyển sách giáo khoa dầy cộm về Động Lực Học. Chính vì thế mà Thầy Hiền phải tập trung gần như trọn năm học để dạy cho xong phần Vật Lý, phần Hóa Học gần như chỉ lướt qua thôi.

Như vậy mà vẫn không có nhiều giờ để làm bài tập Vật Lý. (Chính vì vậy, tôi và một số bạn thân đã quyết định đóng tiền học thêm lớp đêm của Giáo sư Nguyễn Xuân Nghiên tại Trường Trung Học Tư Thục Hưng Đạo vì được biết Giáo sư Nghiên hoàn toàn không dạy phần giáo khoa, chỉ giải bài tập mà thôi). Thầy Hiền quả đúng với tên gọi, Thầy rất hiền lành và dạy bọn tôi rất tận tâm.

Thầy Nguyễn Huy Hùng

Thầy Nguyễn Huy Hùng là Giáo sư môn Vạn Vật. Thầy người Bắc, ốm, cao, trắng trẻo, trông rất là thư sinh. Mà thật vậy, năm đó Thầy đang là sinh viên năm thứ 5 của Đại Học Y Khoa Saigon. Chương trình Vạn Vật của lớp Đệ Nhứt là học về cơ thể và sinh lý của con người. Với kiến thức Y Khoa, Thầy Hùng đã dạy môn Vạn Vật nầy rất hay. Không những dạy hết trọn chương trình giáo khoa, Thầy còn giải cho bọn tôi một số đề mang tính tổng hợp rất hay. Không rõ về phần các bạn khác ra sao, riêng cá nhân tôi năm đó đậu Tú Tài 2 là nhờ môn Vạn Vật học với Thầy Hùng. Tôi không bao giờ quên được lần gặp gỡ cuối cùng giữa tôi và Thầy Hùng. Buổi chiều hôm đó, vào một ngày Thứ Sáu, độ một tuần hay 10 ngày gì đó sau kỳ thi viết Tú Tài 2, tôi tình cờ đạp xe ngang Trường Petrus Ký thì gặp Thầy Hùng vừa trong Trường đạp xe ra (Thầy vẫn còn đi xe đạp). Gặp tôi Thầy mừng lắm, ngoắc tôi lại cho hay là tôi đã đậu phần thi viết rồi, và bảo tôi về lo học ôn bài để chuẩn bị vào thi vấn đáp vào sáng Thứ Hai tới. Tôi mừng quá xá, cám ơn Thầy lia lịa, rồi chạy về nhà liền để báo cho Mẹ tôi hay. Sau nầy tôi không có cơ hội nào được gặp lại Thầy Hùng nữa, nhưng được biết có một thời gian Thầy làm Trưởng Ty Y Tế tỉnh Vĩnh Bình (Trà Vinh), chi tiết nầy do một người bạn thân của tôi là anh Nguyễn Bình Tưởng kể lại, lúc đó anh Tưởng là Hiệu Trưởng Trường Trung Học Vĩnh Bình.

Thầy Trần Văn Quế

Thầy Trần Văn Quế dạy chúng tôi môn Sử. Thầy người Nam, rất cao lớn, giọng nói trầm và ấm. Cũng như Thầy Hai, năm đó Thầy đã lớn tuổi lắm rồi. Đi dạy học, có khi Thầy mặc complet có khi mặc áo dài, nhưng luôn luôn là màu trắng. Sau nầy tôi mới được biết Thầy là một chức sắc cao cấp của Đạo Cao Đài và đã từng làm Thứ Trưởng Nghiên Cứu và Cải Cách trong Chính Phủ Nguyễn Văn Tâm lần đầu (từ 25-6-1952 đến 8-1-1953). Thầy Quế rất hiền lành, ngay cả cái cười của Thầy cũng rất hiền lành. Chương trình Sử lớp Đệ Nhứt là học về sử Việt Nam cận và hiện đại, Thầy lại là một chính khách đã từng hoạt động chống Pháp, bị tù Côn Đảo, và lại từng tham gia Nội Các, nên khi Thầy giảng về các phong trào chống Pháp, Thầy giảng với tất cả tấm lòng nhiệt thành của Thầy, cộng thêm với những kinh nghiệm chính trị mà Thầy đã trải qua, làm bọn tôi vô cùng say mê.

Thầy Bùi Đình Tấn

Thầy Bùi Đình Tấn (2001)
Nguồn: http://www.geocities.ws/chuvananaustralia/CVATinTucBuon.html

Thầy Bùi Đình Tấn dạy chúng tôi môn Địa Lý. Thầy người Bắc, cao lớn, trắng trẻo. Thầy dạy học rất nghiêm. Lúc đó sách Địa Lý Lớp Đệ Nhứt của Thầy đã là sách giáo khoa tiêu chuẩn. Bọn tôi đứa nào cũng có mua sách nầy của Thầy. Vì thế vào lớp Thầy chỉ giảng thêm cho rộng ra mà thôi. Một đặc điểm về Thầy Tấn mà tôi khó quên được là Thầy vẽ bản đồ rất hay, Thầy lại chỉ cho bọn tôi phương pháp để vẽ nên bọn tôi vô cùng thích thú. Cuối năm đó, sau khi đậu xong Tú Tài 2, tôi tiếp tục học sách giáo khoa của Thầy và thi đậu luôn vào Đại Học Sư Phạm Saigon, Ban Sử Địa.

Thay Lời Kết:

Nhìn lại trọn thời gian bảy năm học tại Trường Petrus Ký, tính ra tôi đã được học với tất cả 35 Thầy và 3 Cô. Trong số 38 vị nầy, có tất cả 5 vị (4 Thầy và 1 Cô) cũng là Giám thị. Một điều đặc biệt cần phải ghi ra đây là tình cảm của bọn tôi đối với các Thầy Cô đã dạy bọn tôi ở bậc Đệ Nhứt Cấp hình như sâu đậm hơn là đối với quý Thầy Cô dạy Đệ Nhị Cấp. Lý do có lẽ là do bọn tôi tương đối học nhiều năm hơn với các Thầy Cô đó. Một số các vị đó không những theo bọn tôi "lên lớp" suốt thời gian Đệ Nhứt Cấp mà còn lên dạy bọn tôi ở bậc Đệ Nhị Cấp luôn. Tuy mức độ tình cảm có thể khác, nhưng sự kính trọng và lòng biết ơn thì đối với tất cả vẫn như nhau. Nếu bài viết nầy được lọt vào mắt của bất cứ Thầy Cô nào thì xin Quý Thầy Cô xem như đây là một lời cám ơn chân thành của người viết đối với công ơn dạy dỗ của tất cả Quý Thầy Cô trong suốt bảy năm tại ngôi Trường Petrus Ký thân yêu.

Chương Ba

Nhớ Về Nhóm Bạn Thân Đệ Nhứt Cấp Tại Trường Petrus Ký

Chương Ba này được viết ra để ghi lại những kỷ niệm thân thương về một nhóm bạn thân cùng học chung với người viết bài này suốt bốn năm ở bậc đệ nhứt cấp tại Trường Trung Học Petrus Trương Vĩnh Ký tại Sài Gòn trong thời gian 1953-1957. Thời gian qua mau như bóng câu qua cửa sổ, khi quen nhau chúng tôi hãy còn là những cậu bé 12, 13 tuổi, bây giờ tất cả đều đã là những lão niên ở vào tuổi ***"bát tuần"*** hết cả rồi, với độ phân nửa đã vĩnh viễn ra đi. Bài viết này là những nén nhang thắp lên để tưởng niệm các bạn đã ra đi, và những ly rượu nhỏ chúc sức khỏe các bạn còn tại thế.

Những Ngày Làm Học Trò Petrus Ký

Năm Quý Tỵ, 1953, tôi đậu kỳ thi tuyển vào lớp đệ thất của Trường Trung Học Petrus Trương Vĩnh Ký ở Sài Gòn, và được xếp vào Lớp Đệ Thất B6. Nửa năm sau, lớp tôi được đổi tên thành Đệ Thất F. Tên lớp được giữ mãi cho đến hết bậc đệ nhứt cấp: Đệ Thất F (1953-54), Đệ Lục F (1954-55), Đệ Ngũ F (1955-56), và Đệ Tứ F (1956-57).

Trong thời gian này, lớp gồm khoảng trên 50 học sinh như chúng ta thấy trong danh sách Lớp Đệ Lục F trong hình sau đây:

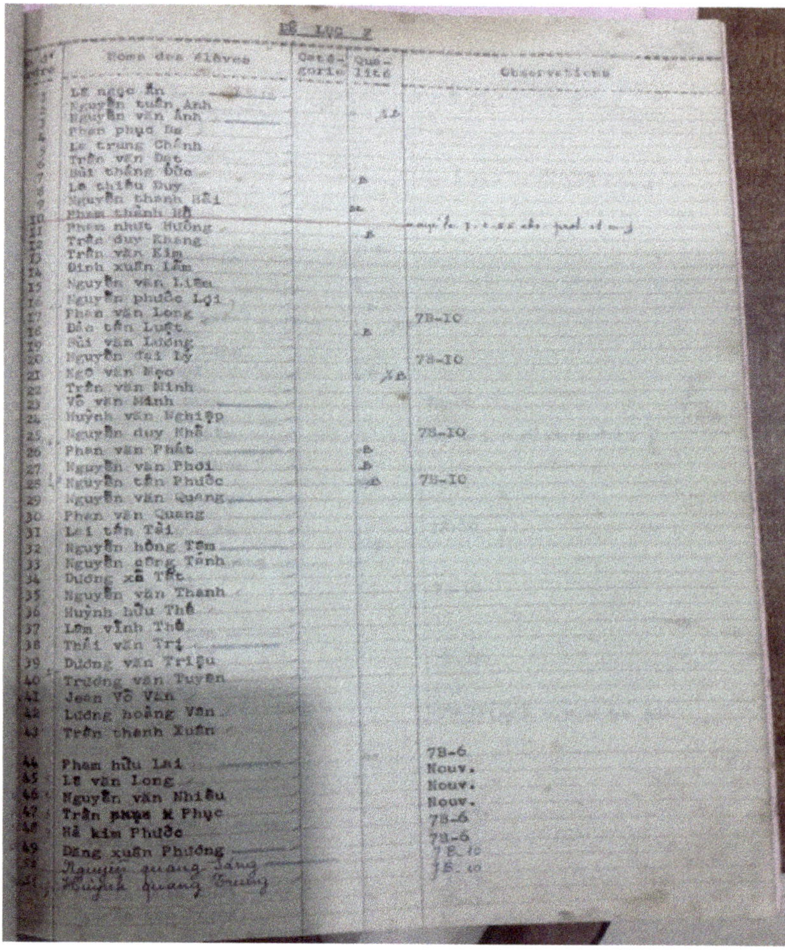

ĐỆ LỤC F

N° d'ordre	Noms des élèves	Catégorie	Qualité	Observations
1	Lê ngọc Ẩn			
2	Nguyễn tuấn Anh			
3	Nguyễn văn Ảnh			
4	Phan phục Ba			
5	Lê trung Chánh			
6	Trần văn Đạt			
7	Bùi thắng Đức			
8	Lê thiệu Duy			
9	Nguyễn thanh Hải			
10	Phạm thành Hồ			
11	Phan nhựt Hưởng			
12	Trần duy Khang			
13	Trần văn Kim			
14	Đinh xuân Lãm			
15	Nguyễn văn Liêm			
16	Nguyễn phước Lợi			
17	Phan văn Long			7B-10
18	Đào tấn Luật			
19	Bùi văn Lương			
20	Nguyễn tài Lý			7B-10
21	Ngô văn Ngọ			
22	Trần văn Minh			
23	Võ văn Minh			
24	Huỳnh văn Nghiệp			
25	Nguyễn duy Nhã			7B-10
26	Phan văn Phát			
27	Nguyễn văn Phối			
28	Nguyễn tấn Phước			7B-10
29	Nguyễn văn Quang			
30	Phan văn Quang			
31	Lại tấn Tài			
32	Nguyễn hồng Tâm			
33	Nguyễn công Tánh			
34	Dương xã Tắt			
35	Nguyễn văn Thanh			
36	Huỳnh hữu Thế			
37	Lâm vĩnh Thế			
38	Thái văn Trị			
39	Dương văn Triệu			
40	Trương văn Tuyền			
41	Jean Võ Văn			
42	Lương hoàng Văn			
43	Trần thanh Xuân			
44	Phạm hữu Lai			7B-6
45	Lê văn Long			Nouv.
46	Nguyễn văn Nhiều			Nouv.
47	Trần ~~phục~~ Phục			Nouv.
48	Hà kim Phước			7B-6
49	Đặng xuân Phương			7B-6
50	Nguyễn quang Sáng			7B.10
51	Huỳnh quang Trung			7B.10

Tôi thuộc vào một nhóm 9 học sinh chơi thân với nhau gồm: 1) Nguyễn Thanh Hải, 2) Nguyễn Trung Hiếu (từ năm Đệ Ngũ, nên không có tên trong danh sách Lớp Đệ Lục F trong hình bên trên), 3) Đinh Xuân Lãm, 4) Võ Văn Minh, 5) Trần Phục, 6) Phan Văn Quang, 7) Dương Xã Tắt (chữ Tắt này có lẽ cũng là do Chánh Lục Bộ viết sai như trường hợp chữ Dạn trong tên của Thầy Hòa), 8) Huỳnh Hữu Thế, và 9), tôi, Lâm Vĩnh Thế.

Nguyễn Thanh Hải

Nguyễn Trung Hiếu

Đinh Xuân Lãm

Võ Văn Minh

Trần Phục

Phan Văn Quang

Dương Xã Tắt

Huỳnh Hữu Thế

Lâm Vĩnh Thế

Ngoài giờ học tại trường, chúng tôi thường đi chơi chung với nhau trong các dịp cuối tuần. Nói cho đúng thì thật ra chúng tôi rất ít khi có thể đi chơi chung với nhau đầy đủ cả 9 người của nhóm, hình như chỉ trừ có một lần duy nhứt. Đó là lần đi Du Thuyền Bạch Tuyết từ Sài Gòn ra Vũng Tàu và trở về nội trong một ngày Chúa Nhựt. Thời gian đó chính phủ Ngô Đình Diệm, với Chiến dịch Hoàng Diệu do Đại Tá Dương Văn Minh chỉ huy (sau vụ này ông Minh được thăng lên cấp Thiếu Tướng), đã càn quét xong lực lượng Bình Xuyên, và đã khai thông được đường sông Sài Gòn và sông Lòng Tảo ra tới Vũng Tàu. Đây là lần đầu tiên một cuộc du ngoạn bằng đường sông từ Sài Gòn ra Vũng Tàu được tổ chức. Hai vợ chồng ông bà chủ nhân Du Thuyền Bạch Tuyết là người quen rất thân của ba má anh Võ Văn Minh nên nhóm chúng tôi được cho đi miễn phí. Tối Thứ Bảy trước khi đi, 5 người trong nhóm chúng tôi, gồm Huỳnh Hữu Thế, Dương Xã Tắt, Trần Phục, Võ Văn Minh, và tôi, tụ họp lại tại nhà Minh, được ba má Minh cho ăn cơm tối và ngủ lại luôn tại nhà để sáng hôm sau cùng đi ra Bến Bạch Đằng để lên du thuyền. Đến sáng, khi ra Bến Bạch Đằng thì tất cả 9 người đều có mặt đầy đủ, và chúng tôi đã có được một ngày bên nhau thật vui vẻ.

Trong những lần khác đi chơi chung với nhau thì tôi nhớ nhứt là những lần cùng nhau đạp xe đạp vào Phú Lâm mướn xuồng đi hái bần.

Thời gian này vùng Phú Lâm, tuy đã nổi tiếng với những vườn rau xanh của người Tiều, tương đối vẫn còn có những khu đất hoang với nhiều sông rạch. Mỗi lần đi chèo xuồng trong Phú Lâm đều là một ngày Chúa Nhựt. Sáng sớm tụi tôi tụ tập ở nhà anh Minh. Chuyện đầu tiên là góp tiền lại chung với nhau, mỗi đứa độ 30 hay 40 đồng, nếu có đứa nào không có đủ số tiền góp đó thì Tắt luôn luôn ứng ra thêm cho anh em. Tắt làm chuyện này một cách thoải mái, tự nhiên, không bao giờ nề hà gì cả vì bản tánh rộng rãi. Tắt lớn tuổi nhứt trong bọn tôi, lại có tiền nhiều vì là con nhà giàu, ba của Tắt là điền chủ lớn ở Bến Lức. Sau khi gom tiền xong, mọi người giao cho Anh Minh cất. Việc đầu tiên là Minh cùng với tôi chạy xe đạp ra chợ Đa Kao mua 4, 5 ổ bánh mì lớn, thịt nguội (ba tê, jambon), và một ít mắm sống và ớt trái. Má Minh đã làm cho tụi tôi mấy chai nước đã nấu chín. Sau đó, tất cả bọn tôi đạp xe vào Phú Lâm và ghé nhà Anh Trần Văn Minh, trưởng lớp Đệ Tứ F của tụi tôi, ở khu Bình Tiên, và nhờ Anh Minh hướng dẫn đi mướn xuồng (luôn luôn mướn hai chiếc) của những nhà mà ảnh quen biết. Có khi, nếu không bận việc, thì Anh Trần Văn Minh cũng đi chơi chung với tụi tôi luôn. Tất cả tụi tôi đều cởi quần áo đang mặc ra hết, gởi lại nhà cho mướn xuồng, chỉ mặc quần cụt và áo thung, chia thành 2 nhóm nhỏ xuống 2 chiếc xuồng, mang theo các chai nước và thức ăn đã mua ở Chợ Đa Kao, và chèo vào con rạch gần nhất. Những con rạch trong vùng này rất nhỏ, ít có ghe xuồng qua lại nên rất yên tĩnh, hai bên bờ rất nhiều cây bần. Tụi tôi tìm hái những trái bần đã hơi chín, chia nhau ăn với mắm sống. Ăn đã rồi thì cả bọn xuống sông bơi lội thỏa thích; có khi chia hai phe chọi bùn với nhau. Đến trưa thì bọn tôi tìm một bãi có cát, cặp xuồng vào, và mang các thức ăn đã mang theo cùng nhau ăn trưa. Trong lúc ăn trưa thì mặc sức mà kể cho nhau nghe những chuyện vui, toàn chuyện bạn bè trong lớp, trong trường, chuyện các thầy cô và các giám thị. Sau khi nghỉ trưa một lúc, bọn tôi lại xuống xuồng chèo đi, lại kiếm bần ăn nữa, và lại xuống rạch bơi lội. Khoảng hơn 4 giờ chiều thì quay trở lại, trả xuồng, mặc quần áo lại và đạp xe về. Tối hôm đó, khi nằm ngủ, lần nào tôi cũng bị cái cảm giác cái giường lắc qua lắc lại, giống như ở trên xuồng lúc ban ngày.

Ngoài những cuộc đi chơi chung như vậy, thỉnh thoảng bọn tôi cũng đến nhà Minh họp mặt, phần lớn là những lúc sắp sửa thi lục cá nguyệt (bây giờ thường gọi là học kỳ), để cùng nhau ôn bài, đặc biệt là năm Đệ Tứ F, ôn tập những bài toán đại số và hình học, để chuẩn bị thi bằng Trung Học Đệ Nhứt Cấp. Lúc đó thì Huỳnh Hữu Thế luôn luôn là người hướng dẫn tất cả bọn tôi vì Thế là "một cây Toán" của lớp (tôi sẽ kể thêm về Thế ở phần sau). Mỗi lần như vậy thì má Minh lại cho bọn tôi ăn trưa, thường là món cà-ri vịt ăn với bánh mì. Tụi tôi ăn ào ào, cứ hết thì bác gái lại tiếp tế thêm, mấy lần như vậy mới đủ cho bọn tôi ăn. Về sau, hễ nhắc đến cái vụ này thì Minh đều gọi cái món ăn nầy là ***"một món ba thau.***"

Cuối niên khóa 1956-1957, bọn tôi đi thi lấy bằng Trung Học Đệ Nhứt Cấp và đậu gần hết. Tựu trường niên khóa 1957-1958, tất cả bọn tôi đều lên lớp Đệ Tam, bắt đầu vào chương trình đệ nhị cấp để chuẩn bị thi bằng Tú Tài I, và đây cũng là thời điểm bắt đầu có nhiều thay đổi xảy đến cho nhóm 9 người chúng tôi.

Những thay đổi sau khi học xong Đệ Nhứt Cấp

Võ Văn Minh rời trường Petrus Ký và ra học Lớp Đệ Tam Trường Trung Học Tư Thục Cửu Long. Trần Phục rời trường vì thi đậu vào Trường Cán Sự Y Tế, sau 3 năm ra trường và về phục vụ tại Tổng Y Viện Cộng Hòa. Dương Xã Tắt cũng rời trường vì thi đậu vào Trường Quốc Gia Sư Phạm, Lớp Cấp Tốc, học một năm để ra làm Giáo viên Tiểu học, và được bổ về dạy tại Trường Tiểu Học Bến Lức. Nguyễn Trung Hiếu vào Trường Võ Bị Thủ Đức, sau đó ra trường, mang lon Chuẩn Úy và được bổ nhiệm về Sư Đoàn 9 ở Miền Tây. Còn lại 4 người là Nguyễn Thanh Hải, Đinh Xuân Lãm, Phan Văn Quang và tôi ở lại học các lớp Đệ Tam của Trường Petrus Ký. Hải và tôi học Ban A (Vạn Vật) nên tiếp tục học chung lớp Đệ Tam A (Hải sẽ còn tiếp tục học chung lớp với tôi cả hai năm tiếp theo, Lớp Đệ Nhị A, và Lớp Đệ Nhứt A1; do đó, Hải là người bạn duy nhứt, trong nhóm 9 người của bọn tôi, đã học chung lớp với tôi suốt 7 năm ở bậc Trung học tại Trường Petrus Ký), còn Lãm và Quang thì học Ban B (Toán). ***Riêng Huỳnh Hữu Thế thì là một trường hợp hết sức đặc biệt***. Sau khi thi đậu xong bằng Trung Học Đệ Nhứt Cấp như cả bọn tôi thì Thế đậu luôn bằng Tú Tài I Ban B, và kết quả là tựu trường niên khóa 1957-1958, trong khi tụi tôi lên lớp Đệ Tam thì Thế lên lớp Đệ Nhứt. Vì chuyện học nhảy này, Thế không được ở lại Tường Petrus Ký nữa mà phải xin vào học lớp Đệ Nhứt của Trường Chu Văn An. Cuối năm đó, Thế thi đậu luôn bằng Tú Tài II Ban B và sau đó đậu luôn kỳ thi tuyển vào năm thứ nhứt Ban Toán của Trường Đại Học Sư Phạm Sài Gòn. Thế là vào đầu năm học 1958-1959 trong khi bọn tôi lên Lớp Đệ Nhị để chuẩn bị thi Tú Tài I thì Thế đã là sinh viên năm thứ nhứt tại Trường Đại Học Sư Phạm Sài Gòn rồi. Nhưng thật là bất hạnh, chỉ một thời gian ngắn sau đó, Thế lâm vào hoàn cảnh vô cùng khó khăn (nào bịnh tật, nào chuyện đau buồn trong gia đình) khiến cho việc học hành bị trì trệ và mãi đến năm 1964 Thế mới tốt nghiệp được Đại Học Sư Phạm.

Mặc cho những thay đổi đó, chúng tôi vẫn tiếp tục chơi với nhau rất thân. Sự khác biệt bây giờ là tụi tôi không còn là những cậu học trò bé nhỏ của thời đệ nhứt cấp nữa, mà đã thật sự trở thành những thanh niên ở tuổi 17, 18 hết rồi. Những buổi họp mặt của bọn tôi (thường chỉ còn độ 4, 5 người thôi vì những bạn kia không còn ở Sài Gòn nữa) không còn diễn ra ở nhà Minh, với "một món ba thau" nữa, mà phần lớn là những buổi nhậu ở Quán Lá trong mũi tàu Phú Lâm với món "bò né", hay những buổi "ngồi đệm" ngoài Bến Bạch Đằng uống bia với củ kiệu và khô mực, và sau đó rủ nhau ra uống cà phê đá, hay ăn kem ở tiệm kem Hà Nội trên đường Lê Lợi. Những lần khác thì kéo nhau sang nhà Hải bên Thị Nghè, ngồi trên "thạch bàn" ngoài vườn, uống trà, ăn kẹo đậu phộng của má Hải tiếp tế, và đấu láo cho tới khuya mới giải tán.

Cuối năm học 1958-1959, cả 4 đứa chúng tôi vẫn còn học ở Trường Petrus Ký đều đậu bằng Tú Tài I, và lên lớp Đệ Nhứt trong năm học kế tiếp. Cuối niên khóa 1959-1960, chỉ có một mình tôi đậu bằng Tú Tài II, và, rất may mắn, tôi đậu luôn kỳ thi tuyển vào Trường Đại Học Sư Phạm Sài Gòn, Ban Sử Địa, Khóa 3, 1960-1963. Lãm tình nguyện vào Trường Võ Bị Đà Lạt, Khóa 17. Hải và Quang ra trường tư học lại Lớp Đệ Nhứt, và năm sau, 1961, cả 2 cùng đậu bằng Tú Tài II. Qua năm sau nữa, 1962, Hải tình nguyện vào Không Quân, Khóa 62F và Quang vào Võ Bị Đà Lạt, Khóa 19. Tôi tốt nghiệp Đại Học Sư Phạm năm 1963, và được bổ nhiệm về dạy môn Sử Địa cho các lớp đệ nhị cấp của Trường Trung Học Công Lập Kiến Hòa (Bến Tre). Và cũng trong năm đó, ngày 6-10-1963, tôi lập gia đình với cô Võ Thị Nhơn Nghĩa, em gái duy nhứt của anh Võ Văn Minh. Trong 4 anh chàng rể phụ cho tôi thì có 2 người thuộc nhóm bạn thân của tôi thời Petrus Ký là Huỳnh Hữu Thế và Đinh Xuân Lãm. (Hai người rể phụ còn lại là bạn Lê Hữu Chí, bạn thân của tôi hồi còn học ở các lớp đệ nhị cấp tại Trường Petrus Ký, và bạn Lâm Quang Hồng, bạn thân của tôi lúc học Ban Sử Địa, Đại Học Sư Phạm Sài Gòn). Huỳnh Hữu Thế lúc đó còn đang học một năm nữa mới ra trường. Lãm thì đã tốt nghiệp Khóa 17, Võ Bị Đà Lạt, với cấp bậc Thiếu Úy, tình nguyện về binh chủng Thủy Quân Lục Chiến (TQLC), và giữ chức vụ Đại Đội Phó, Đại Đội 1, Tiểu Đoàn 2. Tiểu Đoàn 2 TQLC vừa thắng lớn trong Trận Đầm Dơi, ở Cà Mau, vào ngày 10-9-1963, nên cả Tiểu Đoàn được về Sài Gòn nghỉ dưỡng quân. Lãm được đi phép nên đã có thể dự đám cưới của tôi. Tối hôm đó, tại tiệc cưới đãi chung của hai họ Lâm-Võ ở nhà hàng Đồng Khánh, có mặt gần đủ cả nhóm bọn tôi, trừ 3 người: 1) Nguyễn Trung Hiếu đang hành quân với Sư Đoàn 9 tại Miền Tây; 2) Phan Văn Quang đang thụ huấn Khóa 19 tại Trường Võ Bị Đà Lạt; và 3) Nguyễn Thanh Hải đang học lái máy bay trực thăng tại Hoa Kỳ. Đám cưới của vợ chồng tôi đã tạo cơ hội cho Lãm (rể phụ của tôi) và cô Bùi Minh Lệ (dâu phụ của bà xã tôi) quen nhau, yêu nhau và sau cùng đi đến hôn nhân. Hai người sinh được hai đứa con trai, và sống hạnh phúc với nhau cho đến khi Lãm mất vào năm 2011 tại Hoa Kỳ.

Từ năm 1963 trở đi cho đến cái ngày lịch sử 30-4-1975, bọn 9 người chúng tôi (trừ tôi và anh Minh) rất ít khi gặp được nhau vì người nào cũng đã có gia đình, con cái và bận rộn với công việc làm của mình. Một chuyện buồn xảy đến là việc vĩnh viễn ra di của Dương Xã Tắt. Sau khi dạy học tại Bến Lức được khoảng một năm, Tắt bị động viên vào Thủ Đức. Sau khi ra trường với cấp bậc Chuẩn Úy, Tắt được gia đình lo được về phục vụ Tiểu Đoàn Địa Phương Quân tại Tiểu Khu Bến Lức. Tưởng vậy là ***"mang chữ Thọ"*** rồi. Không ngờ, trong một cuộc đụng độ nhỏ, Tắt bị thương và tử trận vì bị mất máu quá nhiều do không tải thương kịp. Lúc đó vợ Tắt đang mang thai đứa con đầu lòng của hai vợ chồng Tắt.

Quang tốt nghiệp Khóa 19, Võ Bị Đà Lạt, về Biệt Động Quân, và đi hành quân liên miên, sau cùng bị thương nặng trong một cuộc hành quân lớn, và được chuyển về phục vụ tại Bộ Tư Lệnh Biệt Động Quân tại Sài Gòn. Lãm vẫn ở Tiểu Đoàn 2 TQLC, lần lượt thăng cấp lên Trung Úy rồi Đại Úy, Đại Đội Trưởng rồi Trưởng Ban 3 (Hành quân) của Tiểu Đoàn. Hải học xong về nước, phục vụ tại Phi Đoàn trực thăng 217 ở Cần Thơ, cũng lần lượt thăng cấp, sau cùng là Đại Úy Phi Đoàn Phó. Huỳnh Hữu Thế ra trường năm 1964, đậu Thủ Khoa, được bổ nhiệm về Trường Trung Học Kiểu Mẫu Thủ Đức. Nhưng chỉ dạy đươc một năm, Thế tình nguyện vào Thủ Đức, ra trường được bổ nhiệm về dạy môn Toán cho Trường Thiếu Sinh Quân ở Vũng Tàu, rồi sau đó về dạy môn Toán, Khối Văn Hóa của Trường Võ Bị Quốc Gia tại Đà Lạt.

Xa nhau sau ngày 30-4-1975

Phần tôi, sau 3 năm dạy học ở Kiến Hòa, hè 1966 được thuyên chuyển về dạy Trường Kiểu Mẫu Thủ Đức (lúc đó Huỳnh Hữu Thế đã vào Thủ Đức rồi). Tháng 8-1971, tôi được học bổng đi du học ở Hoa Kỳ và về nước tháng 5 năm 1973. Chỉ được 2 năm thì xảy ra biến cố 30-4-1975. Nhìn lại chỉ có Minh và tôi là còn ở ngoài dân sự, tất cả đều là sĩ quan và phải đi trình diện học tập cải tạo. Hải là một Trung Tá, phụ trách thanh tra về an phi tại Bộ Tư Lệnh Không Quân ở Tân Sơn Nhứt. Lãm là Thiếu Tá, Tiểu Đoàn Trưởng Tiểu Đoàn 16, Lữ Đoàn 468 của TQLC. Quang là Thiếu Tá, phục vụ tại Bộ Tư Lệnh Biệt Động Quân. Huỳnh Hữu Thế là Trung Úy, giảng viên môn Toán cho Khối Văn Hóa Trường Võ Bị Đà Lạt. Hiếu là Đại Úy, Sư Đoàn 9 Bộ Binh ở Miền Tây. Phục là Y Tá Trưởng tại Tổng Y Viện Cộng Hòa. Trước khi đi trình diện học tập cải tạo, bọn tôi, lúc đó có mặt tại Sài Gòn chỉ còn 5 người, Phục, Lãm, Hải, Minh và tôi, kéo nhau đi nhậu một trận để chia tay tại quán Thanh Tuyền trên đường Nguyễn Cư Trinh, gần bến xe đò Miền Đông. Cứ tưởng là xa nhau vài tháng thôi, đâu ngờ đến 17 năm sau mới được gặp lại nhau tại Hoa Kỳ vào Mùa Thu của năm 1992.

Trong một thời gian khá dài, độ 6 năm (1975-1981), tại Sài Gòn, nhóm 9 người chỉ còn có Minh và tôi lủi thủi bên nhau. Tắt thì đã mất, Hải, Hiếu, Lãm, Quang, và Huỳnh Hữu Thế thì nằm trong các trại học tập, còn Phục thì đã vượt biên thành công và đang định cư tại thành phố Anaheim, Nam California, Hoa Kỳ. Và rồi tôi cũng xa Minh luôn, vì gia đình tôi được Anh Tư tôi bảo lãnh đi Canada. Khi rời Việt Nam đi Canada sáng ngày 23-9-1981, Minh cùng gia đình bên tôi và bên bà xã tôi ra tiễn biệt chúng tôi tại phi trường Tân Sơn Nhứt. Lúc đó tôi buồn lắm vì cứ nghĩ là sẽ không bao giờ còn gặp lại Minh và những người thân trong gia đình nữa. Tôi đã lầm.

Sang đến Canada, tôi liên lạc ngay lại với Phục ở Nam Califfornia, nhưng chưa có cơ hội đi thăm Phục được vì còn phải lo chuyện cơm áo, nuôi sống gia đình. Sau một thời gian làm việc hợp đồng gần 3 năm, tôi tìm được việc làm thường trực, lương khá với một cơ quan của chính phủ liên bang Canada tại thành phố Hamilton, thuộc tỉnh bang Ontario. Khoảng gần một năm sau, tôi vào ngạch chính thức và, qua một cuộc tuyển lựa, tôi trở thành Manager, trông coi một Department gồm 11 người. Hè năm 1985, tôi vào quốc tịch Canada. Tháng 8-1986, tôi được tin Huỳnh Hữu Thế đã vượt biên thành công với đứa con trai, và đang định cư tại Newport, tiểu bang Connecticut, Hoa Kỳ. Một cuối tuần, tôi lái xe đưa bà xã tôi cùng với thằng con trai nhỏ đi Newport để thăm Thế. Đường khá xa, đi trọn một ngày mới tới. Nhưng gặp Thế rồi, tự nhiên tôi không còn thấy mệt nhọc gì nữa cả, hai đứa tụi tôi ôm nhau, vỗ lưng nhau, không nói được một lời nào mà sao nước mắt ứa ra. Bà xã tôi cũng khóc, thằng con nhỏ của tôi có vẻ ngạc nhiên lắm, vì xưa nay nó có bao giờ thấy ba nó khóc đâu. Đêm đó tụi tôi nói chuyện tới gần hai giờ sáng mới đi ngủ. Và cả ngày hôm sau, đêm sau, ngày hôm sau nữa và đêm hôm sau luôn, trong lúc đi chơi, cũng như lúc về nhà, câu chuyện của hai đứa tụi tôi vẫn chưa cạn. Hôm sau nữa thì vợ chồng tôi phải về Canada. Cuối tuần đó Thế gọi qua, bảo tôi về rồi nó buồn quá, nhìn đâu cũng thấy những vật kỷ niệm của cuộc gặp gỡ vừa rồi. Thật tôi cũng không ngờ Thế còn tình cảm hơn tôi nữa. Một năm sau, Thế bảo lãnh được vợ sang và gia đình Thế đoàn tụ, tôi rất mừng cho Thế. Chúng tôi tiếp tục giữ liên lạc với nhau.

Gặp lại nhau ở hải ngoại

Sang đầu thập niên 1990, các sĩ quan cấp tá của Quân Lực Việt Nam Cộng Hòa học tập cải tạo ở Miền Bắc lần lượt được thả về. Quang, Lãm rồi Hải cũng được thả về và đã đến gặp Minh. Minh cố gắng tập hợp được một số bạn cùng Lớp Đệ Tứ F (niên khóa 1956-1957) đến nhà Minh chung vui trong một buổi nhậu đoàn tụ bạn bè, như trong hình bên dưới đây:

Hình bạn học Lớp Đệ Tứ F Petrus Ký (niên khóa 1956-57) – Từ trái qua: Người thứ 3 là Hải, kế đến là Minh, người mặc áo xanh là Quang và cuối cùng là Lãm – Ba người bạn còn lại, từ trái qua, là: Nguyễn Văn Phới, Hà Kim Phước (tức là "Phước con ông Hòa") và Phan Văn Long.

Sau đó, Hải và Lãm bắt đầu liên lạc lại được với tôi ở Canada. Lập tức tôi tìm cách gởi một ít tiền về cho Hải và Lãm và đứng ra làm người liên lạc giữa hai người với chương trình ODP (Orderly Departure Program) của Hoa Kỳ nhưng không đi tới đâu cả. Khi chương trình HO được áp dụng Hải và Lãm lập tức chuyển hồ sơ qua và mọi việc đã xảy ra rất nhanh vì cả 2 đều đã "học tập cải tạo" trên 10 năm. Đầu năm 1992, Lãm và gia đình sang được Hoa Kỳ và định cư tại thành phố San Jose, ở Bắc California. Cùng lúc đó, tôi nhận được thiệp cưới của Phục báo tin gả con gái đầu lòng và Phục cũng cho hay đã mời Lãm rồi. Tôi gọi điện thoại cho Thế thì Thế cho hay cũng đã nhận được thiệp của Phục. Thế là hai đứa chúng tôi cùng quyết định sẽ đi dự đám cưới con gái của Phục. Phần Thế sẽ bay thẳng từ Newport, Connecticut sang Anaheim, California. Phần tôi thì sẽ bay từ Toronto sang San Jose, rồi cùng với vợ chồng Lãm đi xuống nhà Phục ở Anaheim. Tại phi trường San Jose, tôi thuê một chiếc xe hơi nhỏ và lái đến nhà vợ chồng Lãm. Gặp lại nhau lần đầu tiên sau 17 năm (1975-1992), tôi và Lãm đều bị xúc động mạnh, nhưng không nói chuyện được nhiều vì còn phải lo đi xuống Nam California. Sau một bữa ăn nhẹ do bà xã Lãm chuẩn bị, chúng tôi lên xe rời San Jose lúc khoảng 5 giờ chiều. Trên suốt đường đi dài khoảng trên năm trăm dặm, Lãm ngồi trước với tôi và tụi tôi nói chuyện suốt mấy tiếng đồng hồ đó. Đến nhà Phục ở Anaheim thì đã gần 2 giờ khuya. Thế đã có mặt ở đó rồi, và bên bình trà do vợ Phục dọn ra, 4 đứa chúng tôi nói chuyện mãi đến 5 giờ sáng. Sau cùng, bà xã của Phục phải giục chúng tôi tạm ngưng câu chuyện, đi nằm và cố gắng ngủ một chút, để 7 giờ sáng dậy lo sắp xếp nhà cửa để chuẩn bị đón họ hàng nhà trai sẽ đến vào lúc 10 giờ sáng làm lễ rước dâu. Sau khi ăn sáng xong, cả bọn chúng tôi ra trước nhà Phục chụp tấm hình lưu niệm sau đây:

Hình chụp trước nhà bạn Trần Phục, từ phải qua là Đinh Xuân Lãm, Huỳnh Hữu Thế, Trần Phục và tác giả.

Qua năm sau, Hè 1993, vợ chồng Phục và vợ chồng Thế rủ nhau cùng sang Canada thăm vợ chồng tôi tại thành phố Hamilton, thuộc tỉnh bang Ontario. Chúng tôi lại cùng được có những ngày vui bên nhau, như trong những tấm hình bên dưới đây:

Hình chụp chung tại phòng khách nhà tác giả

Hình bạn Phục và tác giả tại Royal Botanical Garden, Hamilton, Ontario, Canada

Hình bạn Huỳnh Hữu Thế và tác giả tại Royal Botanical Garden, Hamilton, Ontario, Canada

Không ngờ đó là lần cuối cùng hai Thế chúng tôi gặp nhau. Năm 1997, tôi về làm việc cho Thư viện của Trường Đại Học Saskatchewan ở Saskatoon. Trong thời gian này, trong nhiều năm, Thế vẫn thường xuyên liên lạc với tôi qua điện thoại. Chúng tôi tiếp tục trao đổi tin tức gia đình cho nhau. Tôi rất mừng được biết Phong, đứa con trai duy nhứt của Thế, học rất giỏi, hiện đang làm luận án tiến sĩ, và tôi càng mừng hơn khi được Thế cho biết là đã liên lạc lại được với đứa con gái lớn (với đời vợ trước của Thế) hiện đang sống và làm việc tại Thụy Sĩ. Thế rất vui khi báo cho tôi biết là cô con gái đã quyết định sang Hoa Kỳ để thăm Thế vào hè năm tới. Nhưng rồi, đùng một cái, Phục từ Nam Cali gọi sang báo tin cho tôi Thế đã mất vì đột quỵ vào ngày 29-10-2006. Bà xã Thế, quá đau buồn, đã quyết định âm thầm làm tang lễ cho Thế mà không báo cho bạn bè. Hôm đó, Phục tình cờ gọi phone thăm Thế mới được biết tin buồn này.

Trở lại năm 1992, một thời gian ngắn sau đó, cả Quang, Hải và Hiếu cũng đến Hoa Kỳ theo diện HO. Riêng Quang thì định cư mãi tận miền Tây Bắc của Hoa Kỳ nên tôi và Quang chỉ thỉnh thoảng liên lạc với nhau qua điện thư hay điện thoại. Được biết Quang vẫn còn thích đọc sách, tôi đã gửi biếu Quang tác phẩm của tôi, và giới thiệu cho Quang Trang Web cá nhân của tôi tại địa chỉ Internet sau đây: (https://tuyen-tap-vinh-nhon-lam-vinh-the.blogspot.com/2016/06/trang-chu.html). Hải và Hiếu cùng định cư tại thành phố Lansing, thuộc tiểu bang Michigan, gần nơi tôi ở hơn rất nhiều. Nhờ vậy, vợ chồng tôi đã có thể lái xe sang thăm Hải và Hiếu tại nhà Hải và 3 đứa tụi tôi lại có được một buổi nhậu với nhau, như trong tấm ảnh bên dưới đây:

Hình hai bạn Hải và Hiếu với tác giả tại nhà của Hải ở Lansing, Michigan, Hoa Kỳ

Đến giữa thập niên 1990, trong nhóm bạn thân Petrus Ký của tôi gồm 9 người thì Tắt đã mất, trong các bạn còn lại thì đã có được 7 người định cư tại Bắc Mỹ: Hải, Hiếu, Lãm, Phục, Quang, Huỳnh Hữu Thế ở Hoa Kỳ và tôi ở Canada. Người duy nhứt còn sống tại Việt Nam là Minh. Tất cả chúng tôi đều đã có gia đình, con cái, và ở vào tuổi ***"ngũ thập tri thiên mệnh"*** hết cả rồi, nhưng lúc gặp nhau thì vẫn cứ "mày, tao" như ngày còn đi học. (Trừ 1 người duy nhứt tôi không còn mày tao nữa mà gọi là Anh Hai đàng hoàng, và đó là Võ Văn Minh). Hải, Hiếu, và tôi, vì tương đối sống gần nhau (Lansing, Michigan và Hamilton, Ontario chỉ cách nhau hơn 2 giờ lái xe thôi) nên được gặp nhau nhiều lần hơn các bạn kia. Tháng 6-2007, khi cưới vợ cho thằng con trai nhỏ, vợ chồng tôi đã mời Hải và Hiếu đến dự. Hiếu vì lúc đó có việc phải về Việt Nam nên chỉ có vợ chồng Hải sang Canada dự đám cưới thôi, như trong hình bên dưới đây:

Hình đám cưới con trai của tác giả –
Hai vợ chồng Hải: thứ 2 và 3, hàng ngồi, từ trái qua

Sau đám cưới, tháng 10-2007, vợ chồng tôi bay xuống California thăm bà con và bạn bè. Trong dịp nầy, chúng tôi đã dành thì giờ đi thăm hai vợ chồng Lãm ở San Jose, như trong hai tấm ảnh bên dưới đây:

Tôi và Lãm tại phòng khách nhà Lãm

Hình vợ chồng Lãm + Lệ và vợ chồng tác giả trước nhà Lãm

Thật không ngờ đó là lần cuối cùng tôi gặp Lãm. Lãm mất tại nhà một cách đột ngột vào ngày 21-6-2011, hưởng thọ 72 tuổi. Đám tang Lãm được cử hành rất trọng thể, có cả Lễ Phủ Quốc Kỳ bởi các chiến hữu của Lãm trong binh chủng Thủy Quân Lục Chiến. Lý do rất là chính đáng: Thiếu Tá Đinh Xuân Lãm, Khóa 17 Võ Bị Đà Lạt, chức vụ cuối cùng là Tiểu Đoàn Trưởng Tiểu Đoàn 16, thuộc Lữ Đoàn 468 TQLC, đã trọn đời chinh chiến, luôn sát cánh với đồng đội, và được sự thương yêu của cấp dưới cũng như được cấp trên đánh giá cao. Trước khi đột ngột qua đời, trong một lần lâm bệnh, Thiếu Tá Lãm đã được chính các cấp chỉ huy đến tận nhà thăm viếng như trong tấm ảnh bên dưới đây:

Hình chụp tại nhà Lãm: người đứng bên trái là Thiếu Tướng Bùi Thế Lân, cựu Tư Lệnh TQLC; người bắt tay Lãm là Đại Tá Ngô Văn Định, cựu Lữ Đoàn Trưởng Lữ Đoàn 468 TQLC

Các quân nhân TQLC VNCH chào kính trước khi làm lễ di quan tại đám tang của Lãm

Trở lại chuyện của anh Võ Văn Minh. Tháng 9-1981, khi rời Việt Nam đi đoàn tụ gia đình tại Canada, tôi cứ nghĩ là không bao giờ còn gặp lại Minh nữa. Nhưng tôi đã lầm. Sang thập niên 1990, chánh phủ Việt Nam thay đổi chính sách, mở rộng cửa đón tiếp đồng bào ở hải ngoại về thăm quê hương. Tôi và bà xã tôi đã về Việt Nam rất nhiều lần và lần nào tôi cũng gặp Minh và ăn cơm chung với nhau, có khi cùng đi về Ngã Tư Long Hồ, Vĩnh Long để thăm mộ ông cụ ba của Minh và cũng là nhạc phụ của tôi.

Minh và tôi gặp lại nhau lần đầu ở Việt Nam sau khi xa cách nhau 17 năm – Tháng 4-1998

Thời gian này, một trong các vị Giáo sư dạy bọn tôi hồi ở đệ nhứt cấp là Thầy Bùi Trọng Chương, gần như mỗi năm đều về Việt Nam. Mỗi lần như vậy, tôi đều thông báo cho Minh để tổ chức cho các bạn Lớp Đệ Tứ F (niên khóa 1956-1957) đến họp mặt với Thầy tại nhà Minh.

Minh và Thầy Chương tại nhà Minh ở Việt Nam – Tháng 12-2006

Về sau, khi Thầy đã trên 80 tuổi, sức khỏe không cho phép, Thầy thôi không về Việt Nam nữa. Khi Thầy mất vào tháng 3-2013, tôi đã bay sang Nam Cali, đại diện cho môn sinh của Thầy đọc điếu văn tại đám tang của Thầy. Nhân dịp này, tôi đã gặp lại Phục và cùng với Phục chụp chung một tấm ảnh với Thầy Lê Xuân Khoa (bạn đồng khóa với Thầy Chương ở Trường Cao Đẳng Sư Phạm Hà Nội, và cũng là Thầy dạy môn Quốc Văn cho bọn tôi ở Petrus Ký) tại đám tang Thầy Chương:

Hình Bạn Phục và tác giả chụp chung với Thầy Lê Xuân Khoa tại đám tang Thầy Bùi Trọng Chương – Nam Cali, Tháng 3-2013

Sau đám tang, tối hôm đó, vợ chồng Phục đã đưa tôi đi ăn tối tại một nhà hàng chuyên về món ăn Mễ Tây Cơ của vợ chồng một đứa con gái. Bữa ăn ngon lại còn có thêm những màn trình diễn khiêu vũ Mễ Tây Cơ rất ngoạn mục tạo cho tôi một kỷ niệm khó quên với Phục trong chuyến đi Nam Cali năm 2013 này.

Vào đầu năm 2018, nhóm bạn thân của tôi tại trường Petrus Ký nay chỉ còn lại 6 người: Minh còn ở Việt Nam, 4 người sống tại Hoa Kỳ là Hải, Hiếu, Phục và Quang, và tôi sống tại Canada. Tất cả chúng tôi đều đã gần ***"tám bó"*** hết rồi. Tôi quyết định viết bài này để ghi lại kỷ niệm với nhóm bạn thân Petrus Ký này. Mới viết được phần đầu thì tôi và bà xã tôi nhận được tin từ Việt Nam báo sang Minh bịnh nặng và đã nhập viện. Tôi và bà xã tôi lập tức lo giấy tờ để bay về Việt Nam nhưng vẫn không kịp. Thật là buồn Minh đã mất vào ngày 3-2-2018 trước khi vợ chồng tôi về đến Sài Gòn. Tôi và bà xã tôi chỉ cúng được cho Minh hai cái Thất tại Chùa Già Lam trong thời gian ở Việt Nam. Trên chuyến bay thật dài từ Sài Gòn về lại Canada, lòng tôi nặng trĩu đau buồn vì đã mất thêm một người bạn học mà cũng là một người anh thân thương trong gia đình trong một thời gian hơn nửa thế kỷ.

Thay Lời Kết

Nhóm bạn thân 9 người của tôi, của tuổi trẻ thời trung học đệ nhứt cấp tại Trường Trung Học Petrus Trương Vĩnh Ký, của những năm giữa thập niên 50 của thế kỷ trước, nay chỉ còn lại 5 người: 4 người sống tại Hoa Kỳ, và tôi, một mình lủi thủi tại Canada, tất cả đều sắp sửa bước vào ngưỡng cửa của tuổi ***"bát tuần."*** Rồi đây, chúng tôi cũng sẽ lần lượt từ giã cuộc đời này, chỉ không biết được ai sẽ đi trước ai sẽ đi sau mà thôi. Nhìn lại chặng đường hơn 60 năm qua của tình bạn chúng tôi trải qua trong bối cảnh đau thương của đất nước và dân tộc, tôi thật sự mang ơn cuộc đời và định mệnh đã tạo cơ hội cho chúng tôi gặp được nhau, được kết bạn với nhau, và đã thật sự có được với nhau quá nhiều kỷ niệm êm đềm để không bao giờ có thể quên được ***"những ngày xưa thân ái"*** bên nhau đó.

Viết Thêm Vào Đầu Năm 2019

Sau khi viết xong Chương Ba này, tôi đã in ra và gởi đến 4 người bạn còn tại thế và đang sống tại Hoa Kỳ: Hải, Hiếu, Phục và Quang. Hiếu và Quang đã điện thoại báo tin cho hay nhận được bài viết và tụi tôi lại được dịp cùng nhau nhắc lại các kỷ niệm ngày trước. Chờ mãi không thấy Hải và Phục báo tin gì cả, tôi đâm nghi và lo. Tôi gọi điện thoại thì mới hay cả Hải và Phục đều có vấn đề sức khỏe và ra vô nhà thương mấy lần rồi. Đầu tháng 12-2018, tôi lại gọi điện thoại thăm Phục và được bà xã Phục cho biết không còn hy vọng nữa, và gia đình đã chuẩn bị mọi việc, kể cả tinh thần. Ngày 21-12-2018, Phục vĩnh viễn ra đi. Tôi lại mất thêm một người bạn thân nữa. Trong tấm ảnh tôi chụp chung với Thế, Lãm và Phục vào năm 1992, trước nhà Phục, khi chúng tôi cùng đến dự đám cưới của đứa con gái lớn của vợ chồng Phục, bây giờ chỉ còn lại một mình tôi. Thời gian của 4 người còn lại, Hải, Hiếu, Quang và tôi, của đám bạn thân 9 người của tôi, sẽ còn bao lâu nữa? Tôi không có câu trả lời cho câu hỏi này, nhưng tôi tin chắc một điều là tình bạn của chúng tôi sẽ mãi mãi tồn tại trong tâm tư của chúng tôi cho đến ngày chúng tôi vĩnh viễn ra đi.

Chương Bốn

Nhớ Về Bạn Học Đệ Nhị Cấp Tại Trường Petrus Ký

Hình lớp Đệ Tam A Trường Petrus Ký niên khóa 1957-1958 chụp với Thầy Trần Huệ (người đứng giữa hàng đầu, mặc quần dài màu xậm và đeo kính cận)

Tấm hình này chụp toàn thể học sinh của Lớp Đệ Tam A của trường Trung học Petrus Trương Vĩnh Ký, niên khóa 1957-1958, chung với Thầy Trần Huệ, Giáo sư môn Vạn Vật, ngay bậc thềm bước lên hành lang của khu vực các phòng thí nghiệm của Trường. Tấm hình 60 tuổi đời này (1957-2017) đã được tác giả bài viết này lưu giữ trong album cá nhân trong suốt thời gian hơn nửa thế kỷ đó, trải qua bao thăng trầm của cuộc đời tác giả, từ lúc còn ở trong nước (1957-1981) cũng như khi đã ra nước ngoài (Canada, 1981-2017).

Có thể có 3 học sinh vắng mặt trong cái ngày tấm hình này được chụp vì trong hình, ngoài Thầy Huệ, chỉ đếm được tất cả là 60 học sinh. Sở dĩ tôi cho rằng tổng số học sinh của Lớp Đệ Tam A này là 63 vì tôi có tìm được 1 tài liệu là danh sách Lớp Đệ Nhị A của niên khóa kế tiếp (1958-1959), do văn phòng Trường Petrus Ký thực hiện, ghi rõ tổng số học sinh là 73, ghi nhận như sau:

• 63 học sinh từ Lớp Đệ Tam A tự động chuyển lên, danh sách này được đánh máy rõ ràng.

• 10 học sinh mới nhận thêm vào (trong niên khóa 1958-1959), danh sách này chỉ được viết tay (một điều đặc biệt đáng được lưu ý là trong số 10 học sinh mới được nhận vào này có 1 người là nữ, đó là chị Vương Thị Lành; đây là một ngoại lệ vì Trường Petrus Ký là một trường chỉ dành riêng cho nam sinh; nữ sinh thì học ở các trường Gia Long, Trưng Vương và Lê Văn Duyệt).

Xin xem 2 hình kế tiếp sau đây của danh sách Lớp Đệ Nhị A, niên khóa 1958-1959:

ĐỆ NHỊ A

Số thứ tự	Số danh bộ	Họ và tên	Hạng	Thứ	[illegible]
1	4121	Bạch công An			T.K.S.Q.
2	691/57	Nguyễn ngọc Ánh			
3	692/57	Tô ngọc Ẩn			
4	4261	Nguyễn tấn Bá			
5	693/57	Lê hữu Chí			
6	4174	Nguyễn văn Cần			
7	4263	Huỳnh thanh Danh			
8	4265	Nguyễn đình Dũng			
9	4178	Trần văn Đa			Lên 1A1 ngày 13.10.58
10	3863	Trương văn Đắt			
11	3881	Đặng hoàng Đức			
12	694/57	Quách thiện Đức			
13	4084	Nguyễn thanh Hải	½B		
14	3805	Huỳnh hữu Hân			
15	4128	Lâm kỳ Hiệp			
16	3717	Lê thế Hoàng			
17	695/57	Võ phi Hổ			
18	4476	Nguyễn văn Khá			Đổi [illegible] 18.10.58, [illegible]
19	696/57	Khương văn Khai			Thôi học ngày 14.11.58 [illegible]
20	697/57	Nguyễn đức Kiệt			
21	4181	Phạm xuân Lan			
22	4182	Bùi trường Lên			
23	698/57	Lê văn Long			
24	3958	Nguyễn văn Long	B		
25	3917	Dương văn Lợi			
26	4097	Bùi văn Lương			
27	699/57	Bùi hữu Mẫn			
28	701/57	Nguyễn hữu Ngọc			
29	4026	Nguyễn văn Nghĩa			
30	702/57	Nguyễn thiện Nhân			
31	4234	Nguyễn thành Nhơn			[illegible]
32	5605	Trần minh Nhựt			
33	4281	Đặng văn Phát			Xuống 2B2 ngày [illegible]
34	703/57	Ngô quang Phong			
35	708/57	Nguyễn phụ Phụng			
36	4283	Nguyễn tấn Phước			Xuống 2B5 ngày 7.10.58
37	4147	Trần thái Quan			
38	4053	Lê ngọc thanh Quang			
39	4473	Lý lạc Long Quân			
40	704/57	Nguyễn vĩnh Sa			
41	3926	Đoàn văn Sang			Đổi [illegible] ngày 18.10.58, [illegible]
42	705/57	Nguyễn hoàng Sang			Lên 1B3, ngày 13.10.58
43	706/57	Lê nguyên Sang			
44	4200	Lâm hoàng Sơn			
45	4244	Đặng trung Tân			
46	4247	Nguyễn phú Thạnh	½B		
47	4207	Đặng cao Thắng			
48	4112	Lâm vĩnh Thế			
49	4063	Đỗ quang Thọ			
50	3973	Nguyễn khắc Thuần	B		
51	[illegible]/57	Nguyễn thanh Tòng			Lên 1A1 ngày 13.10.58
52	4246	Đặng phước Tồi	½B		
53	[illegible]/57	Nguyễn văn Tra			Thôi học ngày 13.11.58 [illegible]
54	732/57	Nguyễn xuân Trang			
55	4205	Phùng vĩnh Tước			
56	4302	Cao minh Vân			
57	4161	Nguyễn văn Vân			
58	720/57	Phan thanh Xuân			
59	3671	Trần hữu Đạt			Rcd.2A
60	468/58	Huỳnh thế Bảu			Mới nhập 7.10.58
61	6031	Dương Kỳ			[illegible]
62	729/57	Nguyễn bình Tường			
63	3524	Đoàn văn Tiệc			

Danh sách Lớp Đệ Nhị A – Phần 1 (63 học sinh)

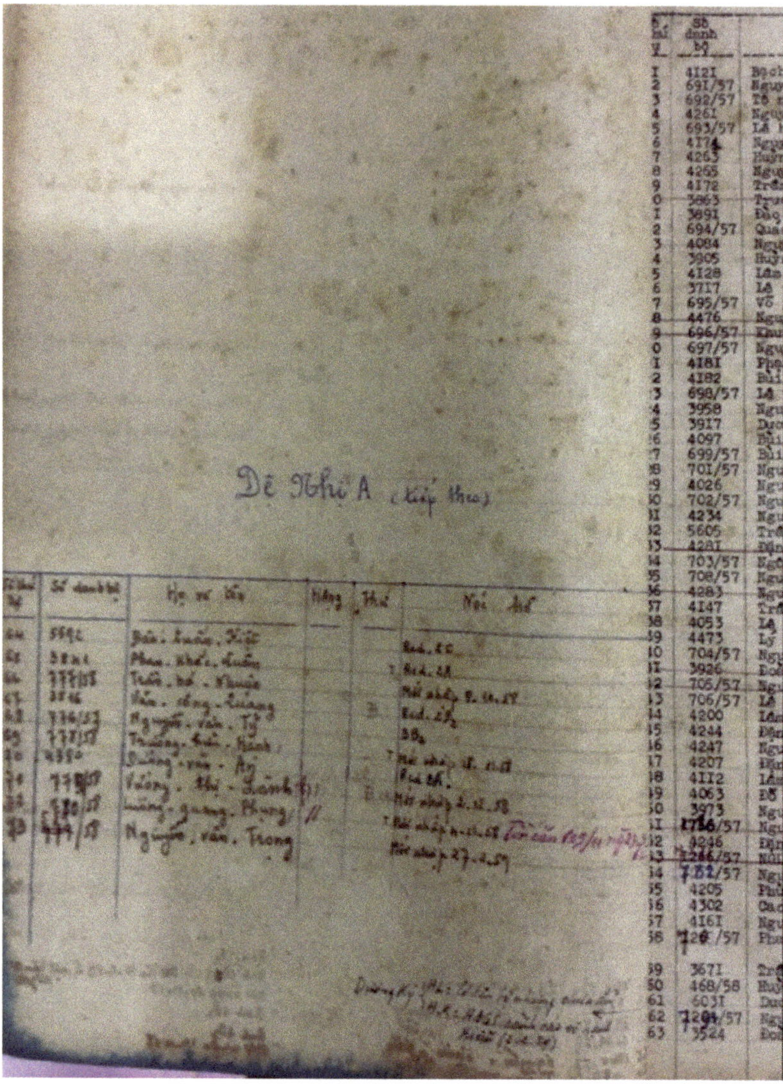

Đệ Nhị A (tiếp theo)

Danh sách Lớp Đệ Nhị A – Phần 2 (10 học sinh)

Trong Phần 1 của Danh sách Lớp Đệ Nhị A, chúng ta thấy rõ có tất cả 9 tên học sinh bị gạch bỏ, có ghi rõ lý do như sau:

• Bị bôi tên vì vắng mặt từ ngày tựu trường: 2 học sinh là các anh Nguyễn Văn Khá và Đoàn Văn Sang.

• Vì xin thôi học do cha hay mẹ yêu cầu: 2 học sinh là các

anh Khương Văn Khai và Nguyễn Văn Tra.

• Vì đổi sang Ban B: 2 học sinh là các anh Đoàn Văn Phát chuyển sang Lớp Đệ Nhị B1 và anh Nguyễn Tấn Phước chuyển sang Lớp Đệ Nhị B5.

• Vì đặc biệt được chuyển thẳng lên các lớp đệ nhứt: 3 học sinh là các anh Trương Văn Đắt lên lớp Đệ Nhứt A1, anh Nguyễn Hoàng Sang lên Lớp Đệ Nhứt B3, và anh Nguyễn Thanh Tòng lên Lớp Đệ Nhứt A1 (điều nầy cũng rất đặc biệt ở 2 điểm sau đây: 1) như vậy 3 anh này đã học nhảy lớp, cuối năm Đệ Tam mà đã đi thi và đậu bằng Tú Tài I nên được lên học các các đệ nhứt để chuẩn bị thi Tú Tài II, trong khi toàn bộ tất cả học sinh còn lại của lớp ĐệTam A thì chỉ lên lớp Đệ Nhị A; 2) như vậy cũng chứng tỏ Trường Petrus Ký vào đầu niên khóa này, 1958-1959, đã có một thay đổi quan trọng về chính sách: cho phép học sinh học nhảy lớp được tiếp tục ở lại học tại Trường vì trước kia tất cả học sinh học nhảy lớp đều phải rời Trường, kiếm trường khác mà học vì Trường không cho phép học sinh nhảy lớp như vậy).

Trong số 3 anh học nhảy lớp này (cho thấy họ là những học sinh rất xuất sắc), tôi chỉ còn nhớ 2 anh Trương Văn Đắt và Nguyễn Hoàng Sang mà thôi. Sau khi lên học các lớp đệ nhứt (Anh Đắt thì học Ban A – Khoa học Thực nghiệm, còn anh Sang thì học ban B – Toán), hai anh lại cũng học rất xuất sắc và cuối năm đó (1959) cả 2 anh đều thi đậu bằng Tú Tài II với Hạng Bình Thứ, như trong 2 hình bên dưới đây:

KẾT QUẢ CÁC CUỘC THI

NIÊN - KHÓA 1958 - 1959

TÚ TÀI PHẦN II — BAN A

Hạng « Bình-Thứ »

Bùi-quang-Cảnh
Trương-văn-Đắt
Bùi-Hoành
Nguyễn-hữu-Long
Bùi-quang-Nhiêm
Cao-mỹ-Nhơn
Võ-Phú
Nguyễn-văn-Phong
Nguyễn-tấn-Rõng

<u>Trích từ tài liệu:</u> Trường Trung Học Petrus Trương Vĩnh Ký. *Lễ phát thưởng long trọng đặt dưới quyền chủ tọa của Ông Bộ-Trưởng Quốc-Gia Giáo-Dục.* Saigon, ngày 27 tháng 3 năm 1960, tr. 31.

TÚ-TÀI PHẦN II — BAN B

Hạng « Bình-Thứ »

Hoàng-mạnh-Cân
Đào-tấn-Luật
Nguyễn-hoàng-Sang
Lê-văn-Mỹ-Phước
Phạm-đình-Vy

<u>Trích từ tài liệu</u>: Trường Trung Học Petrus Trương Vĩnh Ký. *Lễ phát thưởng long trọng đặt dưới quyền chủ tọa của Ông Bộ-Trưởng Quốc-Gia Giáo-Dục.* Saigon, ngày 27 tháng 3 năm 1960, tr. 32.

Sau đó, anh Đắt vào học Y Khoa và ra trường, trở thành một Bác sĩ, vào năm 1966. Còn anh Sang thì nhận được học bổng Colombo đi du học tại một trường đại học ở thành phố Perth, nằm trên bờ biển phía Tây của Úc Châu, thuộc tiểu bang Western Australia.

Như vậy, sĩ số của Lớp Đệ Nhị A của Trường Petrus Ký trong niên khóa 1958-1959 đúng ra là 64 học sinh (73 – 9 = 64). Nhân dịp bãi trường Tết, Lớp Đệ Nhị A (vắng mặt khá nhiều, vì gần Tết các bạn ở tỉnh xa hay xin nghỉ sớm để về quê ăn Tết) chúng tôi đã có dịp chung chụp một tấm ảnh cùng với 3 giáo sư là các Thầy Nguyễn Gia Tường (giáo sư môn Vạn Vật), Thầy Phạm Văn Thuật (giáo sư môn Anh Văn), và Thầy Nguyễn Văn Phối (giáo sư môn Lý Hóa):

Hình Lớp Đệ Nhị A (niên khóa 1958-1959)

Cuối năm học, chúng tôi dự kỳ thi Tú Tài I và đạt kết quả rất tốt. Đối chiếu danh sách 64 học sinh vừa nói trên với danh sách các học sinh Petrus Ký đã thi đậu bằng Tú Tài I Ban A cũng được in trong tài liệu "***Lễ phát thưởng long trọng … ngày 27 tháng 3 năm 1960***" vừa ghi bên trên thì chúng ta thấy đã có tất cả là 42 học sinh của Lớp Đệ Nhị A này (tỷ lệ 42/64 = 65.62%), sau khi học xong niên khóa 1958-1959, đã đậu bằng Tú Tài I Ban A, như trong 2 hình dưới đây:

TÚ-TÀI PHẦN I — BAN A

Hạng "Bình-Thứ"

Vương-thị-Lành
Lê-ngọc Thanh-Quang
Lâm-vinh-Thế
Trần-văn-Ba
Nguyễn-khắc-Thuần

Hạng "Thứ"

Bạch-công-An
Dương-văn-An
Trần-tuệ-Anh
Đoàn-ngọc Anh
Tô-ngọc-Ẩn
Nguyễn-tôn-Bá

Trích từ tài liệu: Trường Trung Học Petrus Trương Vĩnh Ký. ***Lễ phát thưởng long trọng đặt dưới quyền chủ tọa của Ông Bộ-Trưởng Quốc-Gia Giáo-Dục.*** **Saigon, ngày 27 tháng 3 năm 1960, tr. 33.**

— 34 —

Lê-hữu-Chí
Phạm-quang-Chính
Trần-văn-Chơn
Huỳnh-thanh-Danh
Nguyễn-đình-Dũng
Trần-hữu-Đạt
Huỳnh-thế-Đầu
Đào-hoàng-Đức
Quách-thiện-Đức
Nguyễn-thanh-Hải (21-7-39)
Nguyễn-thanh-Hải (13-1-39)
Trần-văn-Hải
Huỳnh-hữu-Hàn
Vũ-quốc-Kha
Ngô-văn-Kiêm
Đào-tuấn-Kiệt
Nguyễn-đức-Kiệt
Huỳnh-văn-Khuyên
Trần-tự-Lập
Bùi-trường-Lên
Nguyễn-thanh-Liêm
Lê-văn-Long
Nguyễn-văn-Long
Dương-văn-Lợi
Bùi-văn-Lương
Trần-cao-Mạnh
Bùi-hữu-Mẫn
Bùi-văn-Nhỏ
Trần-bá-Nhuận
Nguyễn-văn-Phậu
Ngô-quang-Phong
Nguyễn-phụ-Phụng
Trần-thái-Quang
Nguyễn-kim-Quang
Văn-công-Quang
Lê-văn-Quang
Nguyễn-vĩnh Sa
Đặng-trung-Tâm
Nguyễn-kim-Tính
Lý-thái-Thuận
Đặng-phước-Tôi
Nguyễn-văn-Tuấn
Võ-anh-Tuấn
Phùng-vĩnh-Tước
Nguyễn-bính-Tường
Nguyễn-phú-Thạnh
Đặng-cao-Thăng
Đỗ-quang-Thọ
Nguyễn-hữu-Thoại
Nguyễn-xuân-Trang
Nguyễn-văn-Trọng
Đỗ-thanh-Xuân
Phan-thanh-Xuân

Trích từ tài liệu: Trường Trung Học Petrus Trương Vĩnh Ký. ***Lễ phát thưởng long trọng đặt dưới quyền chủ tọa của Ông Bộ-Trưởng Quốc-Gia Giáo-Dục.*** **Saigon, ngày 27 tháng 3 năm 1960, tr. 34.**

Đó là các học sinh có tên xếp theo thứ tự mẫu tự sau đây:

1. Bạch Công An	2. Dương văn An
3. Tô Ngọc Ẩn	4. Nguyễn Tôn Bá
5. Lê Hữu Chí	6. Huỳnh Thanh Danh
7. Nguyễn Đình Dũng	8. Trần Văn Đa
9. Trần Hữu Đạt	10. Huỳnh Thế Đẩu
11. Đào Hoàng Đức	12. Quách Thiện Đức
13. Nguyễn Thanh Hải	14. Huỳnh Hữu Hân
15. Đào Tuấn Kiệt	16. Nguyễn Đức Kiệt
17. Vương Thị Lành	18. Bùi Trường Lên
19. Lê Văn Long	20. Nguyễn Văn Long
21. Dương Văn Lợi	22. Bùi Văn Lương
23. Bùi Hữu Mẫn	24. Trần Bá Nhuận
25. Ngô Quang Phong	26. Nguyễn Phụ Phụng
27. Trần Thái Quan	28. Lê Ngọc Thanh Quang
29. Văn Công Quang	30. Nguyễn Vĩnh Sa
31. Đặng Trung Tâm	32. Nguyễn Phú Thạnh
33. Đặng Cao Thăng	34. Lâm Vĩnh Thế
35. Đỗ Quang Thọ	36. Nguyễn Khắc Thuần
37. Đặng Phước Tôi	38. Phùng Vĩnh Tước
39. Nguyễn Bình Tưởng	40. Nguyễn Xuân Trang
41. Nguyễn Văn Trọng	42. Phan Thanh Xuân

Đầu niên khóa 1959-1960, tôi cùng các bạn lớp Đệ Nhị A đã đậu bằng Tú Tài I cùng lên Lớp Đệ Nhứt A1. Vào dịp này, lớp chúng tôi được có thêm một số bạn mới là những cựu học sinh của các trường trung học công lập ở các tỉnh cũng như các trường trung học tư thục tại Sài Gòn đã đậu bằng Tú Tài I với hạng từ Bình Thứ trở lên đã được Trường Petrus Ký nhận cho vào học, nâng tổng số học sinh của lớp lên đến khoảng 55-60. Trong số những học sinh mới này, tôi rất vui nhận ra anh Võ Anh Tuấn, một người bạn học chung hồi tiểu học, và chúng tôi nối lại tình bạn thân thiết thời thơ ấu. Cuối năm đó, trong Khóa

1 của kỳ thi Tú Tài II Ban A, có một việc hết sức bất ngờ đã xảy ra. Trước đó, môn Lý Hóa bao giờ cũng rất nặng về Vật Lý với 2 cuốn sách giáo khoa dày cộm về Động Lực Học, và tương đối nhẹ về Hóa Học với chỉ một cuốn sách giáo khoa tương đối mỏng. Vì vậy trong tất cả các kỳ thi Tú Tài II trước đó, đề thi môn Lý Hóa, bao giờ cũng gồm 2 phần: phần thứ nhứt là một bài toàn và phần thứ nhì là một số câu hỏi; phần bài toán luôn luôn là một bài toán Vật Lý, và phần câu hỏi thì bao gồm cả 2 môn Vật Lý và Hóa Học. Thang điểm chấm thi mà hội đồng thi sử dụng bao giờ cũng là 12 điểm cho bài toán và 8 điểm cho phần câu hỏi. Chính vì thế mà các giáo sư môn Lý Hóa luôn luôn bị bắt buộc phải dành một phần rất lớn thời gian để dạy và cho làm toán về môn Vật Lý, môn Hóa Học thì chỉ để cho học sinh tự học theo sách giáo khoa, và gần như không bao giờ có cho làm toán hóa học trong lớp. Kỳ thi Tú Tài II năm đó, trong đề thi môn Lý Hóa thì phần bài toán lại là một bài toán hóa học. Dĩ nhiên, đa số thí sinh đều bị lúng túng, không giải được bài toán đó. Hội đồng thi thấy quá nhiều thí sinh bị đánh rớt nên hội đồng đã quyết định cứu vãn tình thế bằng cách đảo ngược thang điểm chấm thi lại: phần bài toán là 8 điểm và phần câu hỏi là 12 điểm. (Những chuyện này do chính một GS của chúng tôi, thành viên của Hội Đồng Giám Khảo Tú Tài II Khóa I Ban A năm đó kể lại cho tôi nghe). Mặc dù vậy, tỷ lệ đậu của kỳ thi Tú Tài II khóa I Ban A năm đó vẫn còn thấp hơn các năm trước. Có khá nhiều bạn cùng lớp Đệ Nhứt A1 năm đó với tôi đã bị rớt và chỉ đậu vào khóa II.

Sau năm học đó, phần lớn anh em đồng khóa chúng tôi không còn nhiều dịp gặp gỡ lại nhau nữa vì nhiều lý do khác nhau. Một số khá đông được học bổng đi du học ngoại quốc với phần lớn là học bổng Colombo nên đi các nước trong Khối Thịnh Vượng Chung của Anh như Canada, Úc và Tân Tây Lan, và một số ít đi Pháp với học bổng của chính phủ Pháp. Các bạn còn lại ở trong nước thì theo học nhiều phân khoa khác nhau (Sư Phạm, Khoa Học, Y Khoa, Dược khoa, Văn Khoa, Luật Khoa) của các Viện Đại Học Sài Gòn, Đà Lạt, Trung Tâm Phú Thọ (kỹ sư), Học Viện Quốc Gia Hành Chánh (các khóa Giám sự và Đốc sự). Một số tình nguyện vào Trường Võ Bị Đà Lạt, hay các quân chủng Không Quân, Hải Quân, hay gia nhập ngành Cảnh Sát Quốc Gia. Sau đó thì tốt nghiệp, ra trường, đi nhận nhiệm vụ khắp nơi, rồi lập gia đình, bận rộn với vợ con và sự nghiệp, chúng tôi thật sự chỉ nghe và biết tin tức của nhau thôi. Việc họp mặt thì rất hiếm trừ một số trường hợp thật thân tình hay trong các dịp quan hôn tang tế mà thôi.

Riêng bản thân tôi thì vẫn cố gắng theo dõi tin tức một số bạn cùng lớp. Nhờ vậy, cho đến ngày hôm nay, ở cái tuổi tám mươi này, tôi vẫn còn nhớ đến tên họ, khuôn mặt và hình dáng của một số bạn của cái Lớp Đệ Tam A đó.

Xin trở lại tấm ảnh Lớp Đệ Tam A, lần này với ghi chú tên họ những người bạn mà tác giả bài viết này vẫn còn nhớ được sau hơn nửa thế kỷ:

Xin lược kê ra theo số thứ tự:

- số 1: Anh Nguyễn Hoàng Sang
- số 2: Anh Huỳnh Hữu Hân
- số 3: Anh Đào Hoàng Đức
- số 4: Anh Bùi Trường Lên
- số 5: Anh Lâm Hoàng Sơn (trong tấm hình bên trên tôi đã viết sai tên của anh là Vân)
- số 6: Anh Nguyễn Ngọc Ánh
- số 7: Anh Ngô Quang Phong
- số 8: Anh Lâm Kỳ Hiệp
- số 9: Anh Nguyễn Đình Dũng
- số 10: Anh Bạch Công An
- số 11: Anh Đỗ Quang Thọ
- số 12: Anh Lê Ngọc Thanh Quang
- số 13: Anh Trương Văn Đắt
- số 14: Anh Nguyễn Khắc Thuần
- số 15: Lâm Vĩnh-Thế (tác giả của bài viết nầy)
- số 16: Anh Nguyễn Bình Tưởng
- số 17: Anh Nguyễn Phụ Phụng
- số 18: Anh Phùng Vĩnh Tước
- số 20: Anh Lê Hữu Chí
- số 21: Anh Tô Ngọc Ấn
- số 22: Anh Đào Tuấn Kiệt
- số 23: Anh Nguyễn Thanh Hải
- số 24: Anh Nguyễn Tôn Bá
- số 25: Anh Nguyễn Tấn Phước

Trong số 25 bạn của Lớp Đệ Tam A (niên khóa 1957-1958) mà tôi còn nhớ này, cộng thêm với anh Võ Anh Tuấn (chỉ học chung nhau năm Đệ Nhứt như đã nói bên trên), một số khá đông đã có những thành tựu về học vấn và chuyên môn cũng như những đóng góp cho xã hội và đất nước rất đáng kể như sau:

• Anh Nguyễn Hoàng Sang: du học tại Úc, tốt nghiệp kỹ sư, về nước và giảng dạy tại Trường Quốc Gia Kỹ Sư Công Nghệ, thuộc Trung Tâm Kỹ Thuật Phú Thọ, Sài Gòn, hiện sống tại Anh Quốc.

• Anh Huỳnh Hữu Hân: du học tại Tân Tây Lan, tốt nghiệp kỹ sư về thực phẩm, về nước và phục vụ tại Bộ Kinh Tế, có thời gian là Chánh Văn Phòng Thứ Trưởng, hiện cư ngụ tại Lansing, Michigan, Hoa Kỳ.

• Anh Đào Hoàng Đức: tốt nghiệp Bác sĩ Y Khoa năm 1967.

• Anh Bùi Trường Lên: tốt nghiệp Bác sĩ Y Khoa năm 1967, phục vụ tại Bệnh Viện quận Thủ Đức, hiện cư ngụ tại San Jose, Bắc California, Hoa Kỳ.

• Anh Lâm Hoàng Sơn: gia nhập Không Quân, tốt nghiệp khóa huấn luyện phi công trực thăng tại Hoa Kỳ.

• Anh Nguyễn Ngọc Ánh: xuất thân là một Thiếu Sinh Quân, về sau là một sĩ quan bộ binh, chức vụ sau cùng là Đại Tá Tỉnh Trưởng Bình Tuy.

• Anh Ngô Quang Phong: tốt nghiệp Trường Bộ Binh Thủ Đức, ra đơn vị, bị thương nặng và được giải ngũ; đã mất tại Sài Gòn khoảng năm 1990.

• Anh Lâm Kỳ Hiệp: tốt nghiệp Bác sĩ Y Khoa năm 1967, hiện cư ngụ tại Nam California, Hoa Kỳ.

• Anh Nguyễn Đình Dũng: tốt nghiệp Dược sĩ.

• Anh Bạch Công An: tốt nghiệp khóa Đốc sự Học Viện Quốc Gia Hành Chánh, phục vụ tại Bộ Xã Hội, chức vụ cuối cùng là Giám Đốc Trường Công Tác Xã Hội, hiện cư ngụ tại Mississauga, tỉnh bang Ontario, Canada.

• Anh Đỗ Quang Thọ: giảng dạy tại Đại Học Khoa Học

Sài Gòn; về sau định cư tại Pháp, và tiếp tục giảng dạy đại học tại Pháp.

• Anh Lê Ngọc Thanh Quang: giảng dạy tại Đại Học Khoa Học Sài Gòn.

• Anh Trương Văn Đắt: tốt nghiệp Bác sĩ Y Khoa năm 1966, đã mất từ nhiều năm qua.

• Anh Nguyễn Khắc Thuần: du học tại Úc, tốt nghiệp kỹ sư, định cư tại Úc

• Lâm Vĩnh Thế: tốt nghiệp Đại Học Sư Phạm Sài Gòn, Ban Sử Địa năm 1963, du học Mỹ, tốt nghiệp Cao Học Thư Viện Học, Đại Học Syracuse, New York, năm 1973; GS Trưởng Ban Thư Viện Học, Đại Học Vạn Hạnh, hiện cư ngụ tại Hamilton, Ontario, Canada.

• Anh Nguyễn Bình Tưởng: tốt nghiệp Đại Học Sư Phạm Sài Gòn, Ban Sử Địa năm 1964, Hiệu Trưởng Trường Trung Học Công Lập Vĩnh Bình (Trà Vinh), và Giám Học Trường Trung Học Tổng Hợp Nguyễn An Ninh tại Sài Gòn; đã mất năm 2015 tại Toronto, Canada.

• Anh Nguyễn Phụ Phụng: tốt nghiệp các khóa Đốc sự và Cao Học Học Viện Quốc Gia Hành Chánh, phục vụ tại Giám Sát Viện, hiện cư ngụ tại Garden Grove, Nam California, Hoa Kỳ.

• Anh Phùng Vĩnh Tước: tốt nghiệp khóa Biên Tập Viên tại Học Viện Cảnh Sát Quốc Gia, có thời gian là Thiếu Tá Trưởng Chi Cảnh Sát Quận Thủ Đức, hiện cư ngụ tại Westminster, Nam California, Hoa Kỳ.

• Anh Phan Thanh Xuân: tốt nghiệp khóa Đốc sự Học Viện Quốc Gia Hành Chánh, phục vụ với tư cách Phó Quận Trưởng tại một số tỉnh ở Miền Trung.

• Anh Lê Hữu Chí: tốt nghiệp Bác sĩ Y khoa năm 1967, Y sĩ Đại Úy tại Bịnh viện tỉnh Bình Long trong thời gian Trận An Lộc (hè 1972); sau trận An Lộc, thăng lên cấp Thiếu Tá, chức vụ sau cùng là Chỉ Huy Trưởng Quân Y Viện Tây Ninh, hiện đã nghỉ hưu, cư ngụ tại Sài Gòn.

• Anh Tô Ngọc Ấn: tốt nghiệp Bác sĩ Y khoa năm 1967, phục vụ tại Bệnh Viện Dã Chiến số 3 tại Mỹ Tho; hiện nay tiếp tục hành nghề y khoa và phục vụ cộng đồng người Việt tại San Jose, Bắc California; có thời gian là Phó Chủ Tịch Hội Ái Hữu Petrus Ký Bắc Cali, hiện cư ngụ tại San Jose, Bắc California, Hoa Kỳ.

• Anh Đào Tuấn Kiệt: tốt nghiệp Cử Nhân Luật Khoa, gia nhập ngành Cảnh Sát Quốc Gia, thuộc ngạch Quận Trưởng (ngạch cao nhứt của CSQG), giảng dạy tại Học Viện CSQG ở Thủ Đức.

• Anh Nguyễn Thanh Hải: gia nhập Không Quân VNCH năm 1962, tốt nghiệp khóa huấn luyện phi công trực thăng tại Mỹ năm 1963; đã từng giữ các chức vụ như sau: Đại Úy Phi Đoàn Phó Phi Đoàn 217 tại Cần Thơ; Thiếu Tá Sĩ Quan Liên Lạc (hướng dẫn các sinh viên sĩ quan phi công VNCH đang học bay) tại tiểu bang Georgia, Hoa Kỳ; và, sau cùng là Trung Tá, phụ trách về An Phi, Phòng Thanh Tra, Bộ Tư Lệnh Không Quân tại Tân Sơn Nhứt, hiện cư ngụ tại Modesto, Bắc California, Hoa Kỳ.

• Anh Nguyễn Tôn Bá: tốt nghiệp Cử Nhân Khoa Học, giảng dạy tại Trường Trung Học Petrus Ký, hiện đã nghỉ hưu, cư ngụ tại Sài Gòn.

• Anh Nguyễn Tấn Phước: tốt nghiệp Khóa Cao Đẳng Viễn Thông, phục vụ tại Tổng Nha Bưu Điện.

• Anh Võ Anh Tuấn: du học tại Canada, tốt nghiệp kỹ sư,

trở về nước làm việc tại Bộ Kinh Tế, và chức vụ sau cùng là Tổng Cục Phó Tổng Cục Dầu Hỏa của VNCH

Như vậy, ít nhứt là theo trí nhớ của tác giả bài viết này, Lớp Đệ Tam A niên khóa 1957-1958 của Trường Trung Học Petrus Trương Vĩnh Ký đã đào tạo được cho đất nước một số đáng kể các giáo sư đại học và trung học, chuyên viên cao cấp, viên chức hành chánh cao cấp, sĩ quan trung cấp của quân đội và sĩ quan cao cấp của lực lượng Cảnh Sát Quốc Gia như sau:

- Giáo sư đại học: 4 người là các anh Nguyễn Hoàng Sang, Đỗ Quang Thọ, Lê Ngọc Thanh Quang, và Lâm Vĩnh-Thế.

- Giáo sư trung học: 2 người là các anh Nguyễn Bình Tưởng và Nguyễn Tôn Bá.

- Chuyên viên cao cấp: 6 bác sĩ là các anh Đào Hoàng Đức, Bùi Trường Lên, Lâm Kỳ Hiệp, Trương Văn Đắt, Lê Hữu Chí và Tô Ngọc Ấn, 1 dược sĩ là anh Nguyễn Đình Dũng, và 1 chuyên viên về Viễn Thông là anh Nguyễn Tấn Phước.

- Viên chức hành chánh cao cấp: 5 người là các anh Huỳnh Hữu Hân, Bạch Công An, Nguyễn Phụ Phụng, Phan Thanh Xuân, và Võ Anh Tuấn.

- Sĩ quan trung cấp của Quân Lực VNCH: 2 người là Đại Tá Lục Quân Nguyễn Ngọc Ánh và Trung Tá Không Quân Nguyễn Thanh Hải.

- Sĩ quan cảnh sát cao cấp: 2 người là anh Phùng Vĩnh Tước (ngạch Biên Tập Viên) và anh Đào Tuấn Kiệt (ngạch Quận Trưởng)

Thay Lời Kết

Tại thời điểm của năm 2021 này, tất cả các bạn cùng học chung với tác giả bài viết này ở các lớp trung học đệ nhị cấp đều đã trên cái tuổi ***bát tuần*** hết rồi. Một số đã vĩnh viễn ra đi. Một số còn sống trong nước. Nhiều người phải chịu cảnh ly hương, phiêu bạt khắp nơi trên thế giới, ở Úc, Mỹ, Pháp, ở Canada. Tuy chắc vẫn còn nhiều thiếu sót hay sai lạc, bài viết này là một ly rượu nhỏ người viết bài này nâng lên, hướng về các bạn, chúc Sức Khỏe tất cả các bạn, và cầu mong còn có dịp gặp lại nhau để kể lại cho nhau nghe những kỷ niệm với Thầy Cô và bè bạn trong những năm cùng học dưới mái trường Petrus Ký thân yêu. Người viết cũng rất mong nhận được liên lạc, đóng góp ý kiến cho bài viết mà các bạn có thể gởi qua địa chỉ điện thư sau đây: Hoaivietnhan1981@gmail.com.

BẠT

Bước vào ngưỡng cửa của tuổi ***"bát tuần,"*** tôi cảm nhận một cách sâu sắc về cái may mắn lớn nhứt trong cuộc đời tôi là đã trúng tuyển vào Lớp Đệ Thất của Trường Trung Học Petrus Trương Vĩnh Ký vào Hè năm 1953. Và sau đó là đã được học trọn 7 năm của bậc Trung Học tại ngôi trường lớn nhứt và danh tiếng nhứt của Miền Nam, dưới sự chăm nom, dạy dỗ, và rèn luyện của các Thầy Cô về kiến thức và phẩm hạnh. Lại được thêm cái duyên gặp gỡ, kết bạn với những bạn học thân thương, chung thủy, đã cùng nhau đi suốt đoạn đường hơn 60 năm qua trong bối cảnh vô cùng đau thương của đất nước và dân tộc. Tôi làm sao có thể quên được những cái phúc quá lớn mà Ơn Trên đã ban cho tôi trong cuộc sống này? Tôi làm sao có thể quên được công lao dạy dỗ của Thầy Cô và những kỷ niệm đẹp đẽ với bạn bè trong những năm tháng hạnh phúc đó?

Ngôi trường thân yêu vẫn còn đó, tuy đã bị đổi tên, nhưng Thầy Cô và bạn học thì đã mỗi năm mỗi vắng. Một số không ít Thầy Cô đã vĩnh viễn ra đi về Cõi Vĩnh Hằng, để lại bao tiếc thương cho các môn sinh nhỏ bé ngày nào nay đã là những lão niên trên cả tuổi ***"thất thập cỗ lai hi"*** từ lâu hết cả rồi. Bạn học cũng vậy, biết bao nhiêu người cũng đã vĩnh viễn rời bỏ cuộc chơi, để lại bao ngậm ngùi, hụt hẫng cho bạn bè. Tôi cứ tự hỏi, không phải một lần, là mình có thể làm được gì để cố gắng giữ lại những hình ảnh, kỷ niệm, và ấn tượng đẹp đẽ mà bản thân mình, và chắc cũng là của rất nhiều đồng môn, đã trải nghiệm về Trường, về Thầy Cô và về bạn bè. Từ suy nghĩ đó, cùng với

Lương Văn Hy (Petrus Ký 1968-1971), tôi đã tiến hành việc thiết lập ***Quỹ Học Bổng Thầy Bùi Trọng Chương*** vào năm 2013. Nhờ sự đóng góp lớn lao của rất nhiều cựu học sinh Petrus Ký, Quỹ Học Bổng đã phát triển rất vững mạnh, và việc cấp học bổng cho các học sinh giỏi và có khó khăn về gia cảnh đã tăng từ 1 học bổng cho niên khóa 2014-2015 lên đến 21 học bổng cho niên khóa 2020-2021.

Cũng trong hướng suy nghĩ đó, tôi cố gắng gom góp lại các bài viết về Trường, về Thầy Cô, và về các bạn học để làm thành tập sách nhỏ này, coi như một đóng góp cuối đời, thể hiện lòng biết ơn sâu đậm của tôi đối với Trường và đối với các Thầy Cô, cũng như ghi lại những kỷ niệm đẹp với tất cả các bạn đồng môn trong suốt thời gian 7 năm theo học tại Trường.

Kính chúc tất cả Thầy Cô còn tại thế được hưởng phúc ***"Bách Niên Giai Lão."*** Thân chúc Sức Khỏe và Bình An cho tất cả các bạn đồng môn đang vui hưởng tuổi hưu với gia đình và con cháu, và cầu mong còn có dịp gặp lại nhau để kể cho nhau nghe những kỷ niệm vui buồn của những ***"Ngày Xưa Thân Ái."***

Hamilton, Ontario, Canada
27 Tháng 1 Năm 2021
Lâm Vĩnh-Thế
Petrus Ký 1953-1960

PHỤ ĐÍNH

Phụ Đính 1
Cuộc Hành Trình 60 Năm

Sáng ngày 21-3-2013, em Nghĩa, con trai út của Thầy Bùi Trọng Chương, gọi điện thoại báo tin cho tôi là Thầy đã mất. Sau cuộc điện đàm với em Nghĩa, tôi vào phòng thờ trong nhà thắp nhang, lạy Phật và cầu nguyện Chư Phật tiếp dẫn Hương Linh của Thầy về Nơi Vĩnh Hằng. Sự ra đi vĩnh viễn của Thầy khép lại cuộc hành trình của hai Thầy trò tôi đã kéo dài đúng một kỷ 60 năm, khởi đầu vào năm Quý Tỵ 1953 và kết thúc vào năm Quý Tỵ 2013. Năm Quý Tỵ 1953 có hai sự việc rất quan trọng xảy đến trong đời tôi. Việc thứ nhứt là năm đó tôi đậu kỳ thi tuyển vào lớp Đệ Thất của trường Trung Học Petrus Trương Vĩnh Ký tại Sài Gòn. Tôi được xếp vào học lớp Đệ Thất B6; tên lớp qua lục cá nguyệt thứ nhì được đổi lại là Đệ Thất F (1953-54) và sau đó được giữ như vậy cho hết Đệ Nhất Cấp. Việc thứ hai là cũng trong năm đó, một nhóm giáo sư trẻ, vừa tốt nghiệp Trường Cao Đẳng Sư Phạm Hà Nội, được bổ nhiệm vào Nam và đến nhận nhiệm sở tại trường Trung Học Petrus Trương Vĩnh Ký. Đó là các thầy: Bùi Trọng Chương, Nguyễn Hữu Kế, Lê Xuân Khoa, Vũ Ngọc Khôi và Đinh Xuân Thọ. Tôi được may mắn học ngay với Thầy Bùi Trọng Chương môn Luân Lý - Công Dân; năm đó, tôi còn rất kém môn Pháp văn nên tôi đến nhà Thầy để học thêm môn này, một căn nhà nhỏ trong ngõ hẻm sau rạp Thanh Bình. Các năm về sau, Đệ Ngũ F (1955-56) và Đệ Tứ F (1956-57), tôi cũng học với Thầy các môn Luân Lý - Công Dân và Quốc Văn. Sau khi đậu bằng Trung Học Đệ Nhất Cấp và chuyển lên Đệ Nhị Câp, tôi lại được học với Thầy môn Quốc Văn ở cả 2 lớp Đệ Tam A (1957-58; học kỳ I) và Đệ Nhị A (1958-59, thi Tú Tài I). Có thể nói là tôi cứ lẽo đẽo theo Thầy mà lên lớp trong suốt 7 năm theo học tại trường Petrus Ký, ngoại trừ chỉ có năm Đệ Nhứt (1959-60, thi Tú Tài II) thì tôi không được học với Thầy. Điều không ngờ nhưng thật là đại hạnh cho tôi là cuộc hành trình của hai Thầy trò chúng tôi đã không chấm dứt vào năm 1960 khi tôi thi đậu Tú Tài II, rời trường Petrus Ký, bắt đầu vào đại học và sau đó vào đời, mà vẫn tiếp tục, kéo dài xuyên suốt cả một thời gian dài 60 năm.

Với kiến thức và phương pháp giảng dạy được trang bị từ trường Cao Đẳng Sư Phạm Hà Nội cộng thêm với lương tâm chức nghiệp và lòng thương yêu học sinh, Thầy là tấm gương sáng của một nhà giáo mẫu mực. Thầy rất nghiêm nhưng không khắt khe, Thầy lại dạy học rất tận tâm, soạn bài rất kỹ, chấm bài rất đều, và cho điểm rất chừng mực. Khi dạy lớp đi thi, thí dụ lớp Đệ Tứ (thi Trung Học Đệ Nhất Cấp) hay lớp Đệ Nhị (thi Tú Tài I), Thầy cố gắng theo sát và dạy thật đầy đủ chương trình giáo khoa, nhờ vậy, khi đi thi, có thể nói là chúng tôi hoàn toàn không bị lúng túng trước các đề thi. Trong suốt thời gian ở bậc trung học, tôi được Thầy không những trao truyền cho kiến thức mà còn rèn luyện cả mặt đạo đức, phẩm cách làm người. Môn Luân Lý - Công Dân do Thầy giảng dạy trong các năm ở bậc Đệ Nhất Cấp chuẩn bị cho tôi những hiểu biết căn bản về quyền lợi và nhiệm vụ của một công dân cũng như những định chế pháp luật của đất nước. Môn Quốc Văn mà Thầy giảng dạy đem lại cho tôi khả năng thông hiểu tường tận tiếng Việt cũng như khả năng thưởng thức những tác phẩm văn học cổ điển của nước nhà. Bản thân Thầy lại là gương sáng hiếu học cho bọn học sinh chúng tôi nêu theo. Mặc dù bận rộn với công việc dạy học toàn thời gian cũng như chăm lo đời sống cho gia đình và dạy dỗ các con, Thầy còn dành thời gian theo học và tốt nghiệp văn bằng Cử Nhân Luật Khoa của Viện Đại Học Sài Gòn.

Sau khi đậu Tú Tài II, tôi quyết định chọn đi theo con đường mà Thầy đã đi: trở thành một nhà giáo. Tôi nộp đơn thi tuyển vào trường Đại Học Sư Phạm Sài Gòn, Ban Sử Địa, và, rất may mắn, tôi đã trúng tuyển. Sau khi ra trường, tôi đã có được một vài lần làm việc chung với Thầy tại các hội đồng thi Tú Tài ở Sài Gòn. Lúc đó, tôi chỉ là một Giám Khảo, nhưng Thầy thường đảm nhiệm vai trò Chánh hoặc Phó Chủ Khảo, và tôi lại được cơ hội học hỏi thêm ở Thầy cách làm việc chí công vô tư, quang minh chính đại. Sau ngày 30-4-1975, cũng như bao nhiêu người khác, tôi cũng rời Việt Nam. Trước khi đi, nghĩ rằng sẽ chẳng bao giờ còn có thể trở về quê hương được nữa, tôi đã đến chào từ biệt Thầy tại nhà Thầy trong khu Bàn Cờ. Vì thế, sau mấy năm sống ở hải ngoại, tôi vô cùng vui mừng được biết Thầy cũng đã rời Việt Nam và định cư tại Hoa Kỳ. Cuộc hành trình của hai Thầy trò tôi lại được tiếp nối. Tôi giữ liên lạc rất chặt chẽ với Thầy và đã có dịp đến thăm lại Thầy Cô tại thành phố Portland, tiểu bang Oregon vào khoảng năm 2000. Thời gian này, gần như mỗi năm Thầy đều về thăm quê hương. Mỗi lần như vậy, Thầy đều báo cho tôi biết và tôi lại thông báo cho các anh em cựu học sinh lớp Đệ Tứ F (1956-57) để anh em tổ chức họp mặt với Thầy. Về sau, khi đã trên 80 tuổi, sức khoẻ không cho phép Thầy đi xa như vậy được nữa. Tuy vậy, Thầy vẫn luôn luôn theo dõi tin tức của các học trò cũ ở Việt Nam hay tại hải ngoại. Mỗi khi các Thầy Cô hay cựu học sinh Petrus Ký ở Nam Cali họp mặt Thầy đều cố gắng đến dự.

Tháng 6-2010, một hôm Thầy gọi điện thoại cho tôi và nói: *"Lúc này Thầy yếu nhiều rồi, em sang thăm Thầy đi."* Tôi vội lấy vé máy bay để bay sang Cali thăm Thầy ngay. Trước khi đi tôi muốn mang sang biếu Thầy một món quà. Tôi tìm lại các hình ảnh cũ và chọn ra một tấm học trò lớp Đệ Nhị A chụp chung với Thầy vào dịp Tất Niên năm 1959. Tôi mang hình ra Wal-Mart rọi lớn ra và mua môt chiếc khung đẹp để ảnh vào. Khi gặp Thầy tôi trình món quà nhỏ đó lên Thầy và Thầy rất vui. Về sau, mỗi lần nói chuyện với tôi Thầy đều nói về tấm ảnh đó. Phần tôi thì rất vui mừng vì trông thấy Thầy vẫn còn khỏe, chỉ có chân Thầy hơi yếu, đi đứng cần phải có gậy. Chiều hôm đó, Thầy cùng đi ăn tối với tôi, em Lân và gia đình em Bích Thu.

Thăm Thầy Tại Nam Cali Tháng 6-2010

Lớp Đệ Nhị A (1958-59) chụp chung với các Thầy Trương Văn Cao, Trần Văn Binh, Đinh Xuân Thọ và Bùi Trọng Chương

Tháng 5-2012, Thầy gọi thăm tôi nhưng không gặp, Thầy gọi thêm mấy lần và nhắn lại trong máy. Lúc đó tôi đang nằm trong bệnh viện vì vừa mổ tim xong. Khi về nhà, nghe tin nhắn của Thầy, bà xã tôi không dám gọi lại cho Thầy vì sợ Thầy biết tin tôi nằm bệnh viện thì Thầy lại lo thêm. Sau cùng bà xã tôi phải gọi cho em Lân và nhờ Lân thưa lại với Thầy là tôi đang ở Việt Nam, khi nào về thì tôi sẽ gọi thăm Thầy. Mấy tháng sau, khi đã khỏe lại nhiều tôi mới gọi cho Thầy và nói sự thật, Thầy trách tôi và dặn sau này có chuyện gì thì cũng phải báo cho Thầy biết. Thầy là như vậy, lúc nào cũng quan tâm, lo lắng và chia xẻ vui buồn với môn sinh của mình.

Khi được tin Thầy bị stroke, tôi rất lo nhưng vì sức khỏe chưa phục hồi hoàn toàn tôi không thể sang thăm Thầy được. Mấy tháng sau, một học trò cũ của Thầy, anh Lương Văn Hy từ Toronto sang Cali thăm Thầy và có chụp hình với Thầy. Xem được hình tôi rất mừng, cứ nghĩ là Thầy đã qua được lúc khó khăn rồi. Nhưng sau đó, qua em Nghĩa, tôi được biết không phải như vậy, sức khỏe của Thầy ngày càng kém đi. Một hôm Nghĩa gọi cho tôi và đưa máy cho Thầy nói chuyện với tôi. Thầy vẫn nhận ra được tôi nhưng giọng nói của Thầy đã yếu đi rất nhiều; điều làm tôi vô cùng xúc động là câu đầu tiên Thầy nói với tôi là hỏi thăm về đứa cháu nội của tôi mới được mấy tháng. Cho đến những ngày tháng cuối trong cuộc đời mình, Thầy vẫn như vậy, lúc nào cũng quan tâm, lo lắng và chia xẻ vui buồn với những *"học trò bé nhỏ của Thầy."*

Sau khi được em Nghĩa báo tin Thầy đã ra đi, tôi quyết định bay sang dự đám tang của Thầy, và, với sự đồng thuận của gia đình Thầy, tôi đã phát biểu tại tang lễ với tư cách một học trò cũ của Thầy. Phần phát biểu của tôi tại tang lễ của Thầy đã được chấm dứt như sau: ***"Kết thúc cuộc hành trình dài 60 năm này của Thầy trò chúng ta, những học trò nhỏ bé của Thầy vào năm xưa Quý Tỵ 1953 nay đều là những lão niên đã bước vào tuổi "thất thập cổ lai hy" ở năm Quý Tỵ 2013 này, em chỉ xin được nói Lời Tạm Biệt Thầy. Một ngày nào đó tất cả chúng em rồi cũng sẽ trở về đoàn tụ với Thầy, như ngày nào trong những lớp học của trường Petrus Ký vào những năm giữa thập niên 1950 tại Sài Gòn."***

Cũng trong thời gian tang lễ của Thầy, tôi và anh Lương Văn Hy quyết định xúc tiến thành lập một quỹ học bổng lấy tên là ***"Quỹ Học Bổng Thầy Bùi Trọng Chương."*** Quỹ học bổng có mục đích là cấp học bổng cho học sinh giỏi và nghèo tại ngôi trường mà Thầy đã gắn bó suốt cuộc đời đi dạy học 40 năm của Thầy: trường Trung Học Petrus Trương Vĩnh Ký, sau năm 1975 có tên mới là trường Trung Học Phổ Thông Chuyên Lê Hồng Phong. Việc thành lập ***Quỹ Học Bổng Thầy Bùi Trọng Chương*** như một quỹ trường tồn (endowment) là một phương cách mà anh Lương Văn Hy và tôi mong cụ thể hóa phần nào ước vọng giữ mãi được hình ảnh người Thầy kính yêu của chúng tôi. Tôi tha thiết kêu gọi sự ủng hộ và đóng góp của các Thầy Cô đồng nghiệp của Thầy, các thân hữu của Thầy, và các học trò cũ của Thầy. Mọi người có thể vào xem blog sau đây: hoc-bong-btc.blogspot.ca để biết thêm chi tiết về quỹ học bổng này.

Phụ Đính 2

Phát Biểu Tại Tang Lễ của Thầy Bùi Trọng Chương

Kính thưa Quý Vị Quan Khách
Kính thưa Quý Thầy
Kính thưa Thầy Lê Xuân Khoa
Cùng tất cả Các Em Trong Tang Quyến

Cuộc hành trình của Thầy Bùi Trọng Chương và các học sinh trường Trung học Petrus Trương Vĩnh Ký chúng tôi khởi sự cách đây vừa đúng 60 năm, cũng vào một Năm Quý Tỵ như năm nay, đó là năm 1953. Thầy cùng với Thầy Lê Xuân Khoa hiện diện tại buổi lễ hôm nay, và các Thầy Vũ Ngọc Khôi, Thầy Đinh Xuân Thọ, và Thầy Nguyễn Hữu Kế, sau khi tốt nghiệp trường Cao Đẳng Sư Phạm tại Hà Nội, đã khởi nghiệp dạy học tại trường Trung Học Petrus Ký. Tôi cùng các bạn Lớp Đệ Thất F, niên khóa 1953-1954, là những học trò đầu tiên của Thầy. Chúng tôi thật là may mắn, vì ngay trong năm học đầu tiên ở bậc Trung học này, chúng tôi đã nhận được sự dạy dỗ tận tình của Thầy, một nhà giáo chân chính và đã được huấn luyện chuyên môn đầy đủ từ một học viện danh tiếng của đất nước. Riêng cá nhân tôi, ngoài những giờ học chính khóa tại trường, tôi còn được Thầy chăm sóc thêm về môn Pháp văn tại nhà Thầy, trong con hẻm sau rạp Thanh Bình. Cái may mắn của chúng tôi không ngừng ở đó, mà còn tiếp tục ở những năm kế tiếp, khi Thầy "cùng lên lớp" với chúng tôi, hết Đệ Thất, rồi lên Đệ Ngũ, Đệ Tứ. Ở mỗi cấp lớp, Thầy luôn luôn cố gắng dạy đầy đủ chương trình môn học, mặc dù có năm, đặc biệt năm Đệ Ngũ (1955-1956), thời gian học mỗi ngày chỉ còn có 2 giờ, vì trường phải chia lại buổi chiều cho trường Chu Văn An lúc đó chưa có trường sở tại Sài Gòn; có ngày trường phải đóng cửa luôn vì sự xung đột quân sự giữa Quân Đội Quốc Gia và phe Bình Xuyên. Riêng cá nhân tôi, còn được may mắn học thêm với Thầy môn Quốc Văn nửa năm đầu của Lớp Đệ Tam (niên khóa 1957-1958) và trọn một năm ở lớp Đệ Nhị (niên khóa 1958-1959). Không những được Thầy trao truyền cho kiến thức chuyên môn, chúng tôi còn được học thêm gương sáng hiếu học của Thầy, vì mặc dù bận rộn với việc giảng dạy môn sinh tại Trường và chăm lo cho các con ngày càng đông, Thầy vẫn trở lại môi trường Đại Học và hoàn tất bằng Cử Nhân Luật Khoa. Riêng bản thân tôi còn học được thêm rất nhiều điều ở Thầy về luân lý chức nghiệp vì tôi đã chọn theo bước chân của Thầy để trở thành một nhà giáo. Sau khi tốt nghiệp Đại Học Sư Phạm Sàigon năm 1963 (đúng 10 năm sau khi Thầy tốt nghiệp ở Hà Nội), tôi được mấy lần làm việc chung với Thầy trong các hội đồng thi Tú Tài, và học được ở Thầy cách làm việc vô tư công bằng, quang minh chính đại. Sau năm 1975, cũng như bao nhiêu người khác, tôi cũng rời VN. Trước khi ra đi vào tháng 9 năm 1981, tôi đã đến chào từ biệt Thầy tại căn nhà của Thầy Cô ở khu Bàn Cờ; tôi làm vậy vì nghĩ rằng chắc sẽ không còn cơ hội gặp lại Thầy nữa. Vì thế tôi vui mừng vô cùng khi, sau mấy năm ở hải ngoại, tôi được tin Thầy cũng đã ra khỏi VN và đang định cư tại Hoa Kỳ. Tôi vui mừng bắt lại được liên lạc với Thầy. Tôi càng vui mừng hơn và cũng tự hào, khâm phục hơn khi vài năm sau được tin Thầy đã trở lại môi trường đại học, và tốt nghiệp văn bằng Bachelor of Arts ở tuổi trên 60. Khoảng cuối thập niên 1990, trong một chuyến công tác cho trường Đại Học Saskatchewan của Canada tại Portland, Oregon, tôi vui mừng được gặp lại Thầy. Tối hôm đó Thầy và em Nghĩa đến khách sạn ở downtown Portland, nơi tôi đang tạm trú trong thời gian công tác, và đưa tôi đi ăn tối, và sau đó về nhà để tôi được thăm Cô, và đó cũng là lần cuối tôi gặp Cô. Những năm sau đó, tuy không gặp lại được Thầy, nhưng tôi đều được xem hình Thầy chụp chung với các anh em Lớp Đệ Tứ F (niên khoá 1956-1957) mỗi khi Thầy có dịp về VN. Thầy vẫn không quên các môn sinh bé nhỏ của Thầy lúc bấy giờ đã là những người "ngũ thập tri thiên mạng" cả rồi. Từ khi bước vào tuổi 80, sức khoẻ không còn cho phép Thầy đi Việt Nam nữa, nhưng, qua thư từ và điện thoại cho các học trò cũ của lớp Đệ Tứ F ngày xưa, Thầy vẫn nắm được tin tức của các học trò của mình. Một lần Thầy gọi điện thoại cho tôi: *"Thế ơi, Trần Thanh Xuân mất rồi, nó bị tai nạn xe Honda ở Biên Hòa, Thế nhớ thắp nhang cho nó nhé!"* Một lần khác: *"Thế ơi, Thầy mới được tin báo cho hay Phan Văn Long, hồi xưa có lúc làm Giám Học trường Cao Thắng đấy, Long mất rồi, bị ung thư, Thế nhớ thắp nhang cho nó nhé."* Cách đây vài năm, khi Huỳnh Hữu Thế ra đi, Thầy đã gọi điện thoại sang Connecticut để chia buồn với vợ Thế và hỏi thăm về thằng Phong, con trai duy nhứt của hai vợ chồng Thế. Năm rồi, Đinh Xuân Lãm mất tại San Jose, Thầy cũng đã phone chia buồn và hỏi thăm vợ con của Lãm. Lần nào nói chuyện phone với tôi Thầy đều hỏi thăm hết học trò này đến học trò khác. Người được Thầy hỏi thăm thường nhứt là Lương Văn Hy, một trong những học trò xuất sắc nhứt của Thầy. (Tôi xin phép được nói một chút về Hy. Hy đậu Ph.D. của Đại Học Harvard danh tiếng của Hoa Kỳ và hiện nay là GS Trưởng Ban Anthropology của Viện Đại Học Toronto là đại học lớn nhứt và danh tiếng nhứt của Canada. Vì bận công vụ Hy đã không sang tiễn đưa được Thầy. Hy chính là người đã đề ra ý kiến xúc tiến thành lập Quỹ Học Bổng Thầy Bùi Trọng Chương). Cũng năm rồi, một hôm trong tháng 5, Thầy gọi phone sang thăm tôi mà không có ai trả lời, Thầy gọi mấy lần và để message lại. Khi về nhà, bà xã tôi được message của Thầy thì lo lắm và không dám gọi lại cho Thầy, vì lúc đó tôi đang nằm trong bệnh viện, vừa mới mổ tim xong, chưa về nhà; sợ nói ra Thầy lại thêm lo; bà xã tôi đành phải gọi cho Lân, nói sự thật cho Lân biết, nhưng yêu cầu Lân thưa lại với Thầy là tôi đi Việt Nam chưa về, khi nào về tôi sẽ gọi thăm Thầy. Sau khi bình phục tôi đã gọi Thầy và thưa sự thật với Thầy, Thầy rầy và trách tôi tại sao không cho Thầy hay. Thầy là như vậy, lúc nào cũng nghĩ đến học trò của mình và luôn luôn muốn được chia xẻ những vui buồn của học trò mình.

Ông bà chúng ta thường nói và tin rằng "Sinh Ký Tử Quy = Sống Gửi Thác Về." Hôm nay Thầy đã trở về, trở về với Tổ Tiên, với Ông Bà, và với Cô. Thầy hãy an tâm ra đi làm một cuộc trở về, lòng thanh thản vì Thầy đã làm xong những trách nhiệm lớn của một con người trong xã hội: trách nhiệm làm chồng, làm cha, và làm Thầy; Thầy đã đào tạo biết bao nhân tài cho xã hội. Kết thúc cuộc hành trình dài 60 năm này của thầy trò chúng ta, những học trò nhỏ bé của Thầy vào năm xưa Quý Tỵ 1953 nay đều đã là những lão niên đã bước vào tuổi "thất thập cổ lai hy," ở năm Quý Tỵ 2013 này, em chỉ xin được nói Lời Tạm Biệt Thầy. Một ngày nào đó tất cả chúng em rồi cũng sẽ trở về đoàn tụ với Thầy, như ngày nào trong những lớp học của trường Petrus Ký vào những năm giữa thập niên 1950 tại Sài Gòn. Tạm biệt Thầy.

Học trò bé nhỏ của Thầy, Lâm Vĩnh Thế.

Phụ Đính 3

Xin vào xem Trang Chủ của Quỹ Học Bổng Thầy Bùi Trọng Chương tại địa chỉ INTERNET sau đây:

https://hoc-bong-btc.blogspot.ca/p/trang-chu_25.html

Lễ trao Học Bổng Thầy Bùi Trọng Chương năm 2015 – Từ trái qua: Tác giả, em Trần Văn Cường, học sinh Lớp 10 chuyên Toán nhận học bổng, Thầy Võ Anh Dũng, Cựu Hiệu Trưởng, và Thầy Trần Đức Huyên, đương kim Hiệu Phó Trường Lê Hồng Phong

**Lễ trao 21 suất học bổng Thầy Bùi Trọng Chương năm 2020 –
Anh Lương Văn Hy, Trường Ban Điều Hành QHB, đứng giữa, cà vạt đỏ.
Người đứng kế bên Anh Hy là Anh Trần Hữu Phúc Tiến cũng là một thành viên
của Ban Điều Hành QHB.**

Phụ Đính 4A

Hình Bìa Thông Tín Bạ Đệ Nhứt Cấp
Của Trường Petrus Ký

QUỐC-GIA VIỆT-NAM
BỘ QUỐC-GIA GIÁO-DỤC

THÔNG-TÍN BẠ
Giữa Gia-Đình và Học-Đường

BẬC TRUNG-HỌC
ĐỆ NHẤT CẤP

Họ và tên học-sinh Lâm vĩnh Thế

Trường Trung-học Petrus Ký, Saigon

Phụ Đính 4B

Danh Sách Giáo Sư Lớp Đệ Tứ F, Niên Khóa 1956-1957

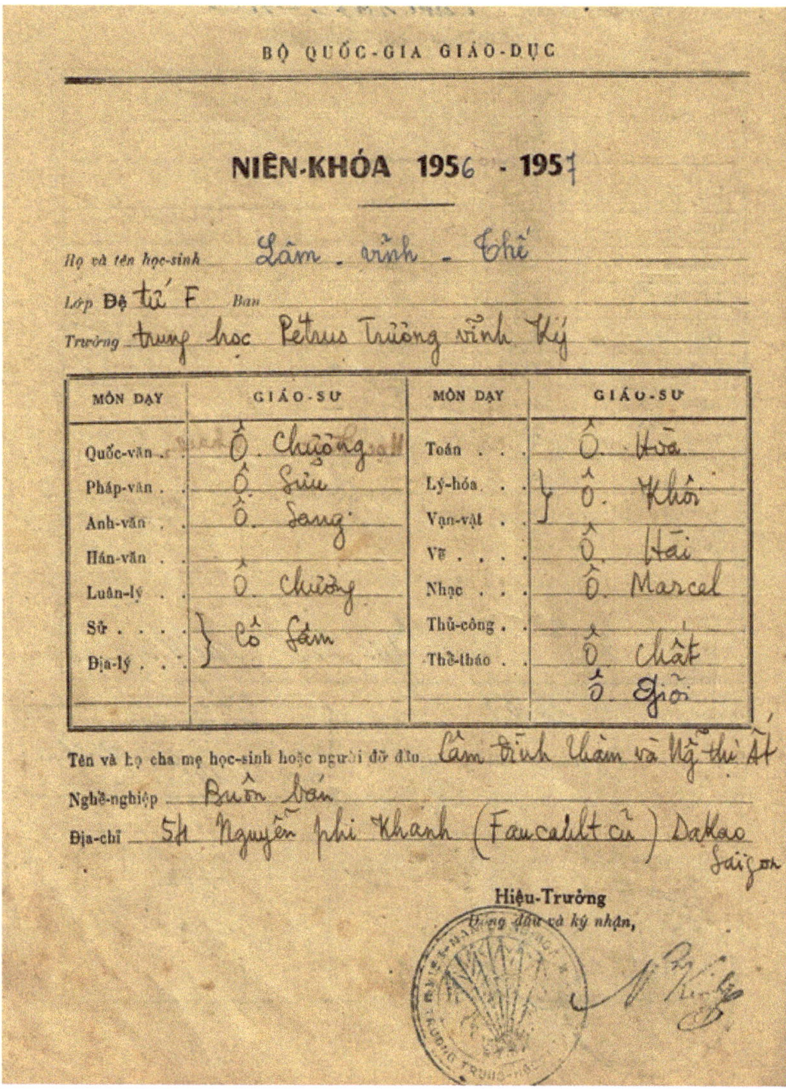

BỘ QUỐC-GIA GIÁO-DỤC

NIÊN-KHÓA 1956 - 1957

Họ và tên học-sinh Lâm vĩnh Thế

Lớp Đệ tứ F *Ban*

Trường trung học Petrus Trương vĩnh Ký

MÔN DẠY	GIÁO-SƯ	MÔN DẠY	GIÁO-SƯ
Quốc-văn	Ô. Chương	Toán	Ô. Hòa
Pháp-văn	Ô. Sửu	Lý-hóa	} Ô. Khôi
Anh-văn	Ô. Sang	Vạn-vật	
Hán-văn		Vẽ	Ô. Hải
Luân-lý	Ô. Chương	Nhạc	Ô. Marcel
Sử	} Cô Lâm	Thủ-công	
Địa-lý		Thể-thao	Ô. Chất
			Ô. Giỏi

Tên và họ cha mẹ học-sinh hoặc người đỡ đầu Lâm Bình Thâm và Ngô thị Ất

Nghề-nghiệp Buôn bán

Địa-chỉ 54 Nguyễn phi Khanh (Faucault cũ) Dakao Saigon

Hiệu-Trưởng
Đóng dấu và ký nhận,

Phụ Đính 5A

Hình Bìa Thông Tín Bạ Đệ Nhị Cấp của Trường Petrus Ký

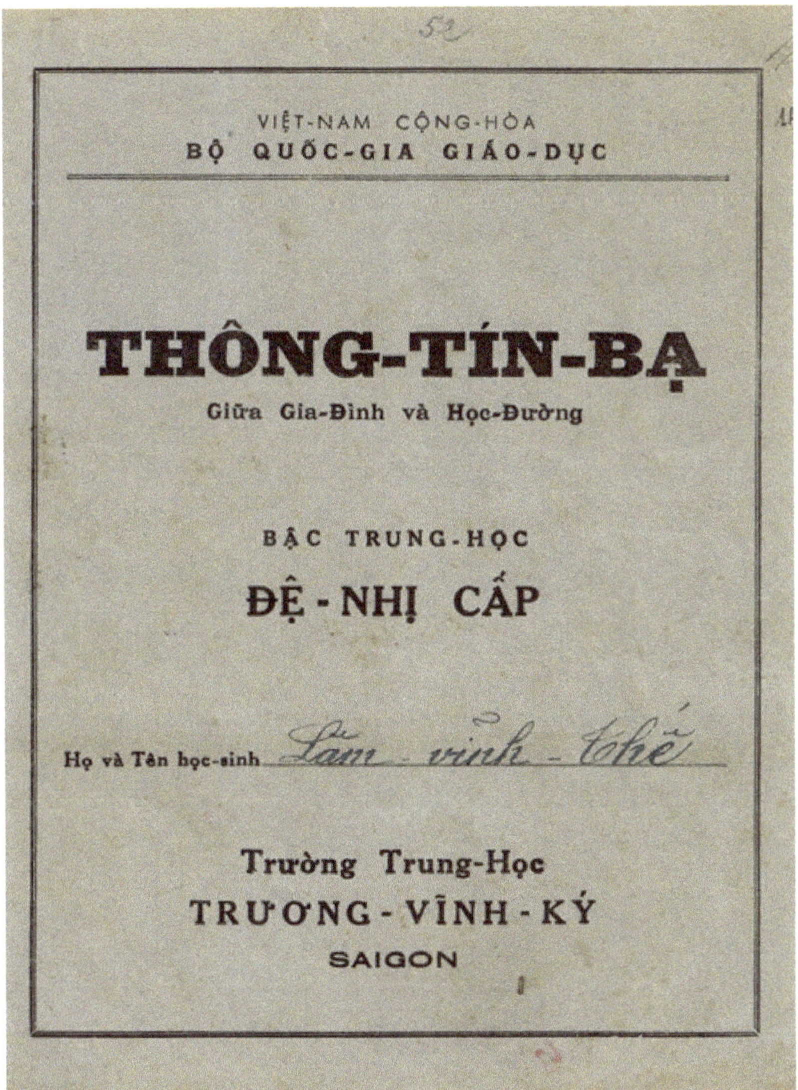

VIỆT-NAM CỘNG-HÒA
BỘ QUỐC-GIA GIÁO-DỤC

THÔNG-TÍN-BẠ

Giữa Gia-Đình và Học-Đường

BẬC TRUNG-HỌC

ĐỆ - NHỊ CẤP

Họ và Tên học-sinh Lâm-vĩnh-thế

Trường Trung-Học
TRƯƠNG - VĨNH - KÝ
SAIGON

Phụ Đính 5B

Danh Sách Giáo Sư Lớp Đệ Nhứt A1, Niên Khóa 1959-1960

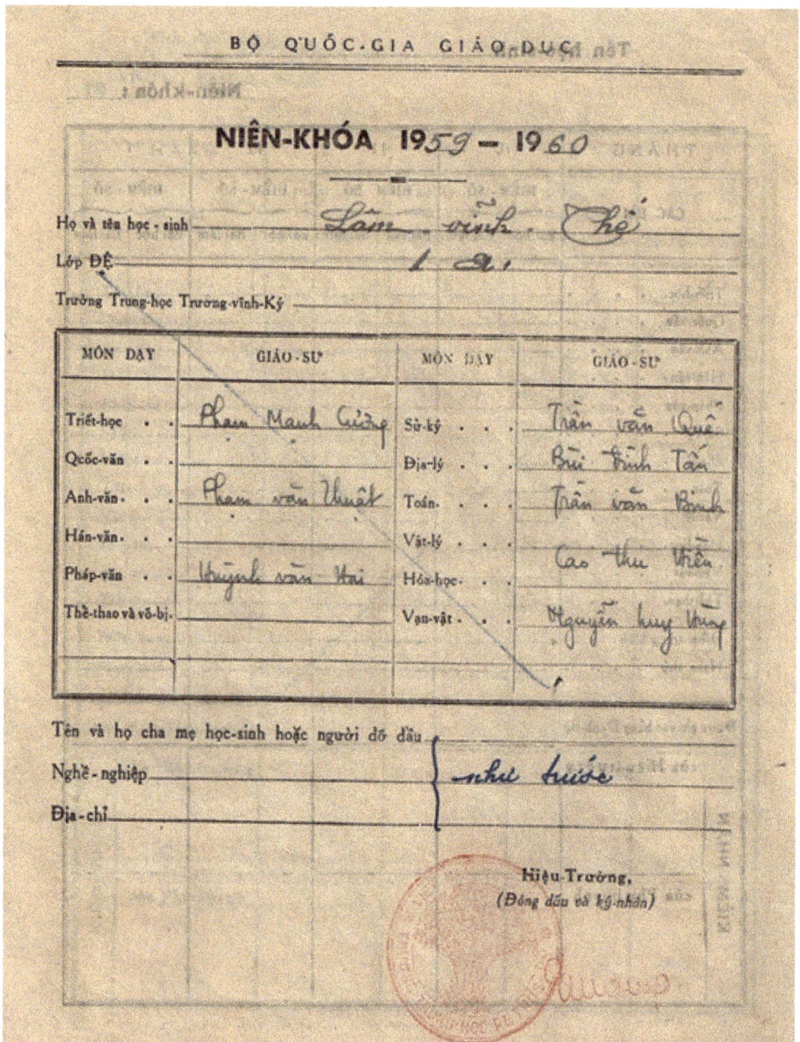

BỘ QUỐC-GIA GIÁO-DỤC

NIÊN-KHÓA 1959 – 1960

Họ và tên học-sinh: Lâm vĩnh Thế

Lớp ĐỆ: 1 A.

Trường Trung-học Trương-vĩnh-Ký

MÔN DẠY	GIÁO-SƯ	MÔN DẠY	GIÁO-SƯ
Triết-học	Phạm Mạnh Cương	Sử-ký	Trần văn Quế
Quốc-văn		Địa-lý	Bùi Đình Tấn
Anh-văn	Phạm văn Thuật	Toán	Trần văn Bình
Hán-văn		Vật-lý	Cao thu Thiều
Pháp-văn	Huỳnh văn Hai	Hóa-học	
Thể-thao và võ-bị		Vạn-vật	Nguyễn huy Vững

Tên và họ cha mẹ học-sinh hoặc người đỡ đầu
Nghề-nghiệp } như trước
Địa-chỉ

Hiệu-Trưởng,
(Đóng dấu và ký-nhận)

BẢNG DẪN

Liên lạc Tác giả
Lâm Vĩnh-Thế
Hoaivietnhan1981@gmail.com

Liên lạc Nhà xuất bản
Nhân Ảnh
han.le3359@gmail.com
(408) 722-5626

www.ingramcontent.com/pod-product-compliance
Lightning Source LLC
LaVergne TN
LVHW052135041026
849558LV00010B/244